अकबर बिरबल
मालिका

दयाळू बिरबल

आणि

इतर कथा

मंजूषा आमडेकर

हे पुस्तक **माझं** आहे

मेहता पब्लिशिंग हाऊस

DAYALU BIRBAL ANI ITAR KATHA
by MANJUSHA AMDEKAR

दयाळू बिरबल आणि इतर कथा / बालसाहित्य

संस्थापक : सुनील अनिल मेहता
प्रकाशक : मेहता पब्लिशिंग हाऊस प्रा. लि.,
१९४१, सदाशिव पेठ, माडीवाले कॉलनी, पुणे ३०.
✆ ०२०-२४४७६९२४
E-mail : production@mehtapublishinghouse.com
Website : www.mehtapublishinghouse.com

मुद्रक : श्री मुद्रा

मुखपृष्ठ व आतील चित्रे : घनश्याम देशमुख

प्रथम आवृत्ती : जुलै २०२१
पुनर्मुद्रण : सप्टेंबर, २०२५

किंमत : ₹ २५०

P Book ISBN 9789391151805

जल्दी बुलाओ

एके दिवशी सकाळी नोकर-चाकर रोजच्याप्रमाणे बादशहा झोपेतून जागा होण्याची वाट पाहत उभे होते. एकाच्या हातात गुलाबजल होतं, तर दुसऱ्याच्या हातात तस्त होतं. तिसरा एकजण मोठा रुमाल घेऊन उभा होता. थोड्याच वेळात बादशहानं डोळे उघडले आणि काही क्षणातच तो जोरात, ''जल्दी बुलाओ, जल्दी, जल्दी...'' असा ओरडायला लागला. नोकरांना काही कळेचना की तो कुणाला बोलवायला सांगतोय. पण विचारणार कोण? एकाचीही हिंमत होत नव्हती. एकमेकांच्या तोंडाकडे पाहात ते थरथर कापत उभे होते. आसपास आणखी एक नोकर होता, तो नेहमी बादशहाचे कपडे तयार ठेवायचा. त्याला काहीतरी सुचलं आणि तो धावत पळत बिरबलाकडे जाऊन पोहोचला.

धापा टाकत तो बिरबलाला घाईघाईनं सांगायला लागला, "अहो, सरकार नुसतंच, जल्दी बुलाओ, म्हणून ओरडतायत. पण कुणाला बोलवायचं ते मात्र सांगतच नाहीएत. आता आम्ही काय करावं? मला असं वाटलं की त्यांना तुम्ही यायला हवे असाल. कृपा करून येता का माझ्यासोबत राजवाड्यात?" बिरबलानं क्षणभर विचार केला. मग म्हणाला, "मला एक सांग, सरकार खूप चिडलेले होते का?" नोकर म्हणाला, "काही विचारू नका, त्यांनी आख्खा राजवाडा डोक्यावर घेतलाय. कुणालाच काही सुचत नाहीए." बिरबल म्हणाला, "काय सांगतोस? पण उठल्या उठल्या इतकं चिडण्यासारखं झालं तरी काय? नेमकं काय घडलं ते सांग बरं. ते झोपेतच होते की उठून बसलेले होते? आणि नक्की काय करत होते?" नोकर म्हणाला, "हे बघा, आम्ही नेहमीप्रमाणे तयारीत उभे होतो सगळेजण.

सरकार स्वारीला कधी जाग येतेय याची वाट पाहात होतो. अचानक सरकार जागे झाले, त्यांनी जरा आळस दिला, आरशात पाहिलं, आणि मग चेहऱ्यावरून हात फिरवत ते अचानक ओरडायलाच लागले, बुलाओ, बुलाओ, म्हणून. आता तुम्हीच सांगा, आम्ही नेमकं कुणाला बोलावायचं?'' तो नोकर बिचारा अगदीच हताश झालेला होता.

बिरबल जोरजोरात हसायला लागला. ते पाहून तो बिचारा आणखीनच हवालदिल झाला. काकुळतीला येऊन म्हणाला, ''तिकडे ते ओरडतायत आणि तुम्हाला इथे हसू येतंय? मधल्या मध्ये आमचे मात्र हाल होतायत. काहीतरी मार्ग तरी सुचवा ना.''

बिरबल हसू आवरत म्हणाला, ''अरे, सरकारांची दाढी वाढलेली आहे. तू ताबडतोब न्हाव्याला घेऊन जा त्यांच्याकडे.'' ते ऐकल्यावर नोकराला हुश्श झालं अगदी. तो पळतच न्हाव्याकडे गेला आणि त्याला घेऊन बादशहाकडे गेला. त्याला पाहताच बादशहा एकदम शांत झाला. मग त्यानं छान आवरून घेतलं

सगळं. पूर्वीचे न्हावी खूप गप्पीष्ट असायचे. हजामत करता करता ते इकडच्या बातम्या तिकडे पोहोचवायचे. बादशहानं त्याला गप्पांच्या ओघात विचारलं, ''काय रे, तू कसा काय आलास इथे? मी काही तुला बोलवायला सांगितलं नव्हतं.'' न्हाव्यानं प्रामाणिकपणे सांगून टाकलं, ''त्याचं काय झालं सरकार, तुमचा नोकर बिरबल महाराजांकडे गेला. आणि तुम्ही रागावला आहात, का ते कळत नाहाये, असं सांगितलं. त्यावर बिरबल महाराजांनी मला तुमच्याकडे घेऊन जायला सांगितलं. तोच तर घेऊन आला मला इथे.''

बादशहा हसला. म्हणाला, ''या बिरबलाला इतक्या अंतरावरूनही मला काय हवं ते नेमकं समजतं.''

उजळ काय असतं?

आधीच मे महिन्यातले कडक उन्हाळ्याचे दिवस होते. त्यात आज विशेष गरम होत होतं. उकाड्यानं बादशहाचा जीव हैराण झालेला होता. अचानक ढगांचा गडगडाट झाला. बघता-बघता आकाशात काळे ढग दाटून आले. थोड्या वेळानं वळवाचा पाऊस सुरू झाला. पावसानं शहराला झोडपून काढलं अक्षरशः. आकाश इतकं भरून आलं होतं की सगळीकडे अंधारून आलं होतं. तेव्हा काही विजेचा शोध लागलेला नव्हता. त्यामुळे दरबारात अंधार झाल्यावर नोकरांनी पटापटा मशाली पेटवून आणल्या आणि कोपऱ्यांमधून कोनाड्यात खोचल्या.

अचानक बादशहानं सर्वांना प्रश्न विचारला, "सर्वात जास्त उजळ काय असतं, सांगा बरं?"

एक सरदार पटकन म्हणाला, “सोपं आहे उत्तर, अहो, हिमालयातला बर्फ. तोच सगळ्यात जास्त उजळ असतो.” दुसरा म्हणाला, “छे, छे, बर्फ नाही, दूध सर्वात जास्त पांढरं शुभ्र असतं अगदी.” तिसरा म्हणाला, “माझ्या मते तरी कापूस सर्वात जास्त उजळ असतो.”

बादशहा बिरबलाला म्हणाला, “काय बिरबल, तुला ही सगळी उत्तरं पटतात का? म्हणूनच गप्प आहेस वाटतं आज?” बिरबल म्हणाला, “नाही सरकार, यातलं एकही उत्तर बरोबर नाही. कारण वस्तू किती का पांढऱ्या शुभ्र असेनात, त्या दिसतात त्या केवळ दिवसाच्या उजेडात. त्यामुळे दिवसाइतकं उजळ दुसरं काही असूच शकत नाही.” बादशहा म्हणाला, “नाही बिरबल, आज काही मला तुझं म्हणणं पटत नाहीये. बर्फ, दूध आणि कापूस यासारख्या वस्तू नक्कीच उजळ असतात. तरीपण तू इतक्या ठामपणे म्हणतोच आहेस, तर निदान सिद्ध तरी करून दाखव की.”

बिरबल 'ठीक आहे,' म्हणाला. मग त्यावर चारआठ दिवस गेले. एके दिवशी बादशहा दुपारच्या वेळी जेवणानंतर महालात आराम करत होता. आकाश अंधारून आलं होतंच.

बिरबलानं गुपचुप नोकराला महालाच्या दारं-खिडक्या बंद करायला सांगितल्या. दार बंद करण्यापूर्वी दाराजवळ आतमध्ये थोडा कापूस पसरून ठेवला आणि एका वाटीत दूध भरून ठेवलं. मग दार लावून बिरबल बाहेर बसून राहिला.

थोड्या वेळानं बादशहाला जाग आली. डोळे उघडून पाहतो तर काय, सगळीकडे मिट्ट अंधार होता. दिवसाउजेडी इतका अंधार का आहे, तेच बादशहाला कळेना. त्यानं नोकरांना हाका मारल्या, पण कुणीच ओ दिली नाही की धावत आलं नाही. चडफडत बादशहा स्वत:च उठला आणि दाराकडे चालायला लागला. वाटेत त्याचा पाय कापसावर पडला. दिसत तर काहीच नव्हतं. अचानक काहीतरी मऊ पायाला लागल्यावर त्याला वाटलं काहीतरी

प्राणी बिणी आहे की काय, त्यामुळे तो दचकलाच. थोडं पुढे गेला तर त्याचा पाय लागून दुधाची वाटी उलटी झाली आणि दूध सांडलं. तेही त्याच्या पायाला लागलं. शेवटी कसाबसा तो दाराजवळ पोहोचला आणि त्यानं दार उघडलं. दार उघडल्यावर एकदम उजेड आत आला आणि त्याला कापूस आणि सांडलेलं दूध दिसलं. बादशहा आश्चर्यानं इकडे तिकडे बघायला लागल्यावर त्याला समोर बिरबल दिसला. बादशहा चिडून म्हणाला, ''बिरबल, हा काय प्रकार आहे? माझ्या महालात अंधार करून वाटेत कापूस आणि दूध ठेवण्याचा मूर्खपणा कुणी केला?''

बिरबल साळसूदपणे म्हणाला, ''सरकार, मी तुमच्याच आज्ञेचं पालन करत होतो.'' बादशहा चकितच झाला. म्हणाला, ''मी कधी दिली आज्ञा असा खोडसाळपणा करायची?''

बिरबल म्हणाला, ''यात कसला आलाय खोडकरपणा? आत अंधार असला तरी दुधाच्या आणि कापसाच्या प्रकाशात तुम्ही सहजपणे बाहेर चालत येऊ शकला असता. या वस्तू उजळ आहेत असं तुम्हीच तर म्हणाला होता.''

बादशहा म्हणाला, ‘‘अरे, काहीतरीच काय बोलतोस? मी जरी तसं म्हणलो असलो तरी, वस्तू कितीही उजळ असल्या म्हणून त्या अंधारात दिसतात का? त्यांचा काही प्रकाश पडत नाही. त्या दिसायला उजेड नको का असायला दिवसाचा?’’ बिरबल हसत हसत म्हणाला, ‘‘खाविंद, खरं तर जे माझं म्हणणं होतं, तेच तुम्ही मला पटवून सांगताय. मी तरी वेगळं काय सांगत होतो?’’ आत्ता कुठे बादशहाच्या डोक्यात प्रकाश पडला. आणि तो खो खो हसत सुटला. हसू ओसरल्यावर बादशहा म्हणाला, ‘‘तू तरी कमालच करतोस बिरबल. तुझं सगळंच जगावेगळं असतं. आणि ते पटवून देण्याची तऱ्हाही जगावेगळीच असते.’’ बिरबल हसत हसत म्हणाला, ‘‘मग आता सांगा बरं, दिवसच सगळ्यात जास्त उजळ असतो की नाही?’’ बादशहानं मान्य करून टाकलं. म्हणाला, ‘‘नक्कीच असतो. शंकाच नाही.’’

कापूसचोर

एकदा विणकर लोक बिरबलाकडे आले आणि म्हणाले, ''महाराज, आम्ही इतकी मेहनत करतो, कापड विणतो, डोळेफोड करतो, पण नफा मात्र व्यापाऱ्यांचाच होतो. आमची परिस्थिती कधी सुधारणार? आमची गरीबी कधी दूर होणार? आता तुम्हीच काहीतरी करा आमच्यासाठी.''

बिरबलानं त्यांना सांगितलं, ''काही काळजी करू नका. मी सगळी चौकशी करतो, सरकारांशी बोलतो आणि काही ना काहीतरी तोडगा नक्की देतो तुम्हाला.''

मग बिरबलानं विणकर व्यवसायाची सगळी माहिती काढली आणि तो बादशहाला म्हणाला, ''सरकार, हे गरीब विणकर खूप मेहनत करून कापड तयार करतात, कलाकुसर करतात. पण मधले दलाल मात्र त्यांना चक्क लुटतात. विणकर लोक थेट लोकांपर्यंत पोहोचत नसल्यामुळे या दलालांचं फावतं.

ते किंमती पाडून अतिशय स्वस्त दरात कापड खरेदी करतात आणि अवाच्या सवा किंमतीला लोकांना विकतात. यात फायदा होतो तो फक्त दलालांचा आणि व्यापाऱ्यांचा. पण विणकर मात्र हलाखीच्या स्थितीतच राहतात. आणि गरीब जनतेलाही महागडी वस्त्रं विकत घ्यावी लागतात.''

बादशहा म्हणाला, ''मग तुझ्या मते यावर उपाय काय?'' बिरबल म्हणाला, ''सरकार, मला वाटतं, आपण सरकारतर्फेच कापूस खरेदी करून विणकरांना स्वस्त दरात कापूस उपलब्ध करून देऊ आणि योग्य किंमतीला त्यांच्याकडून वस्त्रं विकत घेऊ आणि जनतेलाही योग्य भावात विकू. म्हणजे मग सगळ्यांचंच कल्याण होईल.'' बादशहा म्हणाला, ''चांगली कल्पना आहे, मला आवडली. आजपासूनच हा नवा उद्योग सुरू करूया.'' त्यानुसार कारवाई सुरू झाली.

हळूहळू नव्या उद्योगाची सगळी घडी बसली आणि विणकरांच्याही खिशात पैसा खुळखुळायला लागला. जनताही खुश झाली. मोठ्या प्रमाणावर खरेदी-विक्री सुरू झाल्यामुळे सरकारचाही फायदा व्हायला लागला. पण थोड्याच दिवसात विणकर लोक पुन्हा तक्रार करत आले. आता सरकारकडेच कापसाची टंचाई व्हायला लागली होती आणि काळ्या बाजारात मात्र कापूस दुप्पटतिप्पट दरानं उपलब्ध होत होता, तो आता विणकरांना महाग पडायला लागला होता.

बिरबलाला नवल वाटलं. त्यानं गुप्तचरांकडून पुन्हा नीट चौकशी केली. त्याला माहिती मिळाली की काही दलाल आणि व्यापारी मिळून कापसाची चोरी करतायत. हाच कापूस काळ्या बाजारात जास्त किंमतीला विकतायत. सरकारच्या हस्तक्षेपामुळे त्यांची दादागिरी संपली आणि फायदा कमी व्हायला लागला. म्हणून त्यांनी संगनमतानं हा कारभार सुरू केला असल्याचं बिरबलाच्या लक्षात आलं. त्याला खूपच राग आला. त्यानं त्यांना धडा शिकवायचं ठरवलं.

त्यानं एकदा सर्व विणकर, दलाल आणि व्यापाऱ्यांची बैठक बोलावली. तो म्हणाला, ''कापड उद्योगात खूपच तूट येत असल्यामुळे बादशहा सलामतांनी चौकशीचे आदेश दिले आहेत. लवकरच हा उद्योग बंद करण्याच्या विचारात ते आहेत. कारण कापसाची चोरी होत असल्याचं आढळून आलं आहे. ही चोरी कोण करतंय, याचा आम्हाला सुगावा लागलेला असून त्या लोकांना जबरदस्त शिक्षा होणार आहे. तुम्हाला त्या लोकांची नावं माहीत आहेत का? असतील तर सांगा.'' पण व्यापारी आणि दलालांनी कानावर हात ठेवला. एकीकडे सरकार हा उद्योग बंद करणार म्हटल्यावर त्यांना आनंदच झाला होता. पण शिक्षेचं नाव काढल्यावर मात्र ते सगळे हादरले आणि म्हणायला लागले, ''आम्हाला काहीच माहीत नाही. कुणास ठाऊक कोण चोरी करतंय ते!'' बिरबल म्हणाला, ''काही हरकत नाही.

तुम्हाला माहीत नसली तरी आम्हाला नावं माहीत आहेत त्या चोरांची. ते आत्ता इथे हजर आहेत आणि त्यांच्या पगड्यांना कापूस चिकटलेला आहे. त्यांना वेगळं काढून आम्ही तुरुंगात डांबणार आहोत.'' हे ऐकताच जे दलाल आणि व्यापारी कापूसचोरी करून काळाबाजार करत होते त्यांचे हात नकळत आपापल्या पगडीकडे गेले. बिरबलाच्या चाणाक्ष नजरेतून काही ते सुटलं नाही. त्यानं शिपायांना त्या कापूसचोरांना पकडण्याची आज्ञा केली. म्हणाला, ''चोरी कबूल करेपर्यंत या सर्वांना चाबकानं फोडून काढा चांगलं.'' चाबकाचे फटके बसायला लागल्यावर ते चोर कळवळून ओरडायला लागले. त्यांनी मुकाट्यानं गुन्हा कबूल केला आणि चोरीचा मालही सरकारच्या ताब्यात दिला. बिरबलानं त्या सर्वांना कठोर शिक्षा केली. त्यांच्या जागी त्यानं प्रामाणिक अधिकारी नेमले आणि सरकारी कापड उद्योग पुन्हा जोमानं चालायला लागला. विणकरांवरचा अन्याय दूर झाला. 

सोनार आणि हत्ती

व्यापाऱ्यांची लबाडी शोधून काढून कापड उद्योग सुरळीत चालू झाल्यावर बादशहा एकदा बिरबलाला म्हणाला, "काय रे, आता इतर कुठल्याच क्षेत्रात काही गैरप्रकार चाललेला नाही ना? सर्व चोर तर पकडले गेले आहेत ना?" बिरबल हसायला लागला. म्हणाला, "सरकार, अहो, प्रामाणिक माणसं खूप कमी असतात जगात. आणि लबाडीचं म्हणाल तर ती फक्त कापड उद्योगातच नाही, तर इतर सर्व उद्योगांमध्ये चालतो. शिंपी कापड चोरतो, वाणी वजनात मारतो, सोनार सोनं चोरतो... प्रत्येक व्यावसायिक आपापल्या परीनं लबाडी करतच असतो. आपण जमेल तितका आळा घालायचा प्रयत्न करायचा, आपल्या हातात तेवढंच असतं फक्त." बादशहा म्हणाला, "काय सांगतोस? आपण प्रत्यक्ष आजमावूनच पाहूया ना. मी असं करतो, काही सोनारांना राजवाड्यात आपल्या नजरेसमोर बसवून त्यांच्याकडून सोन्याचा हत्ती बनवून घेतो. मग काय बिशाद आहे त्यांची सोनं चोरायची?"

बिरबल हसत-हसत म्हणाला, ''तुम्ही काही करा, तुम्हाला मी म्हणतो त्याचा खरेपणा पटल्याशिवाय राहणार नाही.'' मग बादशहानं पंचवीस सोनारांना राजवाड्यात बोलावलं. त्यांना त्यानं मोजून पन्नास किलो सोनं दिलं आणि हत्ती बनवायची आज्ञा केली. हे सोनार रोज दिवसभर राजवाड्यात बसून हत्ती घडवत आणि घरी गेल्यावर रात्रीच्या वेळी एका सोनाराच्या दुकानात मागच्या दारानं चुपचाप जमत. तिथे बसून ते राजवाड्यात बनवत होते तसाच हुबेहूब पितळी हत्ती घडवत. पितळी हत्ती पूर्ण झाल्यावर त्यांनी तो एके दिवशी रातोरात नदी किनारी नेला आणि वाळूमध्ये पुरून ठेवला. तिकडे राजवाड्यातला सोन्याचा हत्तीही पूर्ण झालाच होता.

मग सगळे सोनार बादशहाकडे गेले आणि म्हणाले, "सरकार, हत्ती तर तयार झाला आहे. पण तो वाळूत पुरून त्याच्यावर प्रक्रिया केल्याशिवाय लखलखणार नाही. त्यामुळे आम्हाला तो नदीतीरी नेण्याची परवानगी द्यावी." बादशहानं हत्तीचं वजन करवून घेतलं. ते बरोब्बर पन्नास किलो भरलं. बादशहानं त्या सोनारांसोबत काही शिपाई दिले आणि नदीच्या किनारी तो हत्ती पाठवला. तिकडे सोनारांनी तो हत्ती वाळूत पुरुन शिपायांना बाजूला बसायला सांगितलं.

उन्हामुळं वाळू तापलेली होती. चटके बसायला लागल्यावर सोनार शिपायांना म्हणाले, "अजून बराच वेळ लागणार आहे. तुम्ही तिकडच्या झाडाखाली आराम का करत नाही? आम्हाला काय, सवय आहे, अशा प्रकारे सोनं उजळवण्यासाठी

आम्ही नेहमीच वाळूत बसतो.'' शिपायांना ते पटलं आणि ते झाडाखाली जाऊन बसले. नुकतंच जेवण झालं होतं, त्यामुळे सगळ्यांना डुलकी लागली. तेवढ्या वेळात सोनारांनी हळूच पितळी हत्ती बाहेर काढला. मग शिपायांना जागं करून ते म्हणाले, ''चला, चला, राजवाड्यावर जाऊया. हत्तीला आता छान उजळलंय आम्ही. पहा तर खरं.'' शिपायांनी पाहिलं तर तो पितळी हत्ती हुबेहूब पहिल्या सोन्याच्या हत्तीसारखाच दिसत होता. त्यामुळे त्यांना कसलाच संशय आला नाही. मग सगळी वरात हत्तीला घेऊन राजवाड्यावर आली. बादशहानं पुन्हा एकदा हत्तीचं वजन करवून घेतलं. ते बरोब्बर पन्नास किलोच भरलं. बादशहा मोठ्या अभिमानानं बिरबलाला म्हणाला, ''पाहिलंस? आता सांग बरं, सोनारांनी सोन्याची चोरी केली का?''

बिरबल म्हणाला, ''ते मी परीक्षा घेतल्याशिवाय कसं सांगणार?'' बादशहानं परीक्षा घेण्याची त्याला परवानगी दिली. बिरबलानं दुसऱ्या शहरातून काही हुशार सोनारांना बोलावून घेतलं आणि सर्वांच्या देखत सांगितलं, ''या सोन्याच्या हत्तीची शुद्धता किती आहे, हे तुम्ही सांगू शकाल का?'' ते सोनार म्हणाले, 'जरूर.' मग त्यांनी त्या हत्तीची पारख केली. थोड्या वेळानं ते बिरबलाला म्हणाले, ''महाराज, आम्हाला खूपच आश्चर्य वाटतंय. तुम्ही म्हणताय की हा हत्ती सोन्याचा आहे. पण यात तर गुंजभरही सोनं नाहीए. हा पूर्णपणे पितळी हत्ती आहे.'' हे ऐकताच बादशहा अवाक झाला. बिरबलानं शिपायांना आज्ञा केली, ''या हत्ती घडवणाऱ्या सोनारांना चाबकानं फोडून अंधारकोठडीत टाका.''

ही आज्ञा ऐकताच सोनारांचं धाबं दणाणलं. बिरबलाच्या पायावर अक्षरश: लोळण घेत गयावया करत ते म्हणाले, "आम्हाला माफ करा. आम्ही लबाडी केल्याचं कबूल करतो आणि खरा सोन्याचा हत्ती आणून देतो." बादशहानं शिपायांकरवी वाळूत पुरलेला सोन्याचा हत्ती राजवाड्यात आणला. दोन्ही हत्ती इतके एकसारखे दिसत होते की बादशहापण चक्रावला.

सोनारांनी थोडं थोडकं सोनं नाही, तर आख्खा सोन्याचा हत्तीच चोरल्याचं पाहून बादशहानं तोंडात बोटं घातली. म्हणाला, "बिरबल, तू आमच्या पदरी नसतास, तर यांनी बादशहालाही भिकेला लावलं असतं."

प्रश्न तीन उत्तर एक

बादशहाच्या दरबारी जसे कलावंत येत असत तसेच विद्वान पंडितही यायचे. आपल्याला हरवणारं कुणी आहे का असं आव्हानही द्यायचे. काही हुशार लोकांना अकबराच्या दरबारात असलेल्या नऊ रत्नांची परीक्षा घ्यावीशी वाटायची. असाच एक फिरस्ता विद्वान अफगाणिस्तानमधून दिल्ली दरबारात आला. बादशहाला लवून कुर्निसात करून म्हणाला, ''सरकार, मी आपल्याकडच्या बिरबल नावाच्या हुशार माणसाबद्दल खूप ऐकलेलं आहे. त्याची कीर्ति दूरवर पोहोचलेली आहे. मला आज स्वत:ला आजमावून पाहायचं आहे, की ते खरं आहे की खोटं.'' बादशहा म्हणाला, ''जरूर आजमावून पहा. त्यानं काय करावं अशी तुमची इच्छा आहे?''

तो विद्वान म्हणाला, ''मी तीन प्रश्न विचारेन. त्या तिन्ही प्रश्नांची उत्तरं एकच असली पाहिजेत. म्हणजे प्रश्न तीन, उत्तर मात्र एकच. तो ते देऊ शकला तरच मी त्याला मानेन.''

बादशहानं बिरबलाकडे पाहिलं. बिरबल उठून उभा राहिला आणि विनम्रपणे म्हणाला, ''मी तुमचं समाधान करण्याचा नक्कीच प्रयत्न करेन. तुमचे प्रश्न विचारा.''

त्या विद्वानानं आपले तीन प्रश्न विचारले. ते असे होते :

१. भाकरी का करपली?

२. पानं का सडली?

३. घोडा का अडला?

हे तीन प्रश्न ऐकताच सगळा दरबार एकदम चिडीचुप झाला. सगळेजण मनात विचार करायला लागले. बादशहालाही काही सुचेना.

एकेका प्रश्नाचं उत्तर लोकांच्या मनात येत होतं, जात होतं. पण तिन्ही प्रश्नांचं एकच उत्तर मात्र कुणालाही सुचत नव्हतं. सगळेजण बिरबलाकडे पाहायला लागले. आता हा काय सांगतो, याकडे सगळ्यांचंच लक्ष लागून राहिलं. तो परदेशी विद्वानही मोठ्या कुतुहलानं बिरबलाकडे पाहात होता. बिरबल काही क्षण विचार करून म्हणाला, 'फिरवलं नाही म्हणून!'

ते उत्तर ऐकून परदेशी पाहुणा विद्वान प्रचंड खुश झाला. म्हणाला, "सरकार, आजवर मी इतक्या राजांच्या दरबारात फिरलो, पण कुणालाही या प्रश्नाचं उत्तर देता आलं नाही. बिरबल महाराज खरोखरच धन्य आहेत. त्यांच्या हुशारीला तोड नाही.आज माझ्या मनाचं समाधान झालं."

बादशहालाही खूप आनंद झाला. त्यानं त्या विद्वानाचाही सन्मान केला आणि राज्याची प्रतिष्ठा राखल्याबद्दल बिरबलालाही मोठं इनाम दिलं.

हवामहल

काही झालं तरी बादशहा बिरबलाची स्तुतीच करतो हे पाहून दरबारातले सरदार कायम त्याच्यावर जळफळत असायचे. काहीतरी कुरापत काढून त्याला हरवण्याची युक्ती शोधत राहायचे. एकदा एक युनूस खान नावाचा सरदार बादशहाला भर दरबारात म्हणाला, "सरकार, तुम्ही नेहमी म्हणता की बिरबलाकडे प्रत्येक प्रश्नावर उत्तर असतं. प्रत्येक समस्येवर तो तोडगा काढू शकतो." बादशहा कौतुकानं मान डोलावत म्हणाला, "खरं आहे, तो आहेच तसा हुशार. आणि तुम्हाला सर्वांनाच हे माहीत आहे की. फार काय, देशोदेशीचे विद्वान लोक येऊनही त्याची परीक्षा पाहतात, आणि दरवेळी तो त्यात पास होतो, दरबाराची शान राखतो. तो काही उगीचच आमचा इतका लाडका नाही." त्यावर युनूस खान म्हणाला, 'तो इतका हुशार आहे, तर हवामहल बांधून दाखवू शकेल का?'

बादशहा चकितच झाला. थोडासा रागावलाही, म्हणाला, ''तुम्ही सगळेजण त्याला पाण्यात पाहता हे मला माहीत आहे. पण त्याला वाट्टेल ते सांगण्यालाही काही अर्थ नाही. हवेतला महाल तोच काय, कुणीच बांधू शकणार नाही जगात.'' बिरबल मात्र उठून उभा रहात म्हणाला, ''सरकार, मी हे आव्हान स्वीकारायला तयार आहे. मी हवामहल बांधेन.''

बादशहा थक्क होत म्हणाला, ''अरे बिरबल, काहीतरीच काय बोलतोस? उगीच काहीतरी कबूल करून बसू नको. नंतर तोंडघशी पडायला होईल.'' बिरबल म्हणाला, ''सरकार, तुमचा माझ्यावर विश्वास नाही का? आजवर माझ्यावर कधी अशी वेळ आली आहे का?'' बादशहानं ते मान्य केलं. तो म्हणाला, ''नाही, तशी वेळ कधीच तुझ्यावर आलेली नाही. आणि आमचाही तुझ्यावर पूर्ण विश्वास आहे. बोल, तुला आमच्यातर्फे काय मदत हवी?'' बिरबल गंभीरपणे म्हणाला, ''सरकार, मला तुमच्याकडून काहीच मदत नको आहे. पण मला या युनूस खानची मदत मात्र लागेल.

ते तयार आहेत का मला मदत करायला, ते विचारा त्यांना. शिवाय, ते हरले, तर मला ते काय देतील, हे ही त्यांनी सांगावं.'' बादशहानं त्या सरदाराला विचारलं, ''तुम्ही बिरबल मागेल ती मदत द्यायला तयार आहात का? आणि तुम्ही हरलात तर बिरबलाला एक हजार सुवर्णमुद्रा देणार का?'' युनूस खानला गंमतच वाटत होती. बिरबल हवेतला महाल बांधूच शकणार नाही याची त्याला शंभर टक्के खात्री होती. त्यामुळे ता छाती फुगवत म्हणाला, ''नक्कीच देईन. पण मी जिंकलो तर बिरबलानं मला एक हजार सुवर्णमुद्रा दिल्या पाहिजेत. कबूल आहे का बिरबलाला? तर मी मदतही करायला तयार आहे.''

बिरबल म्हणाला, ''मी हरलो तर याला एक हजार सुवर्णमुद्रा द्यायला माझी तयारी आहे. मी आजपासून कामाला लागतो. आणि मदत घ्यायची वेळ आली की कळवतो.'' सर्वांना ते मान्य झालं. आता या अनोख्या पैजेची सगळ्यांनाच मोठी उत्कंठा लागून राहिली होती. बिरबलाचा द्वेष करणाऱ्यांना तर

आनंदाच्या उकळ्या फुटत होत्या. हे अशक्य काम बिरबल करूच शकणार नाही, त्यामुळे त्याची नाचक्की होणं आता टळत नाही या विचारानं ते सगळे हवेत तरंगत होते. तिकडे बिरबलानं फासपारध्याकडून वीस चांगले बोलके पोपट विकत घेतले. घरी आणून त्यानं त्यांना पाळलं. तो त्यांची व्यवस्थित काळजी घ्यायचा. त्यांना खाऊपिऊ घालायचा. आधी तो एका भांड्यात दाणे घालून ते खुळखुळ वाजवायचा, मग पोपटांना एका कवितेच्या दोन ओळी म्हणायला शिकवायचा. मग त्यांना खाणं द्यायचा. त्यामुळे पोपटांना अशी सवय लागली की आधी कविता म्हणायची की मग आपल्याला दाणे खायला मिळतात. असेच काही दिवस गेले. पोपट चांगले तयार झाले होते. एके दिवशी बिरबल दरबारात म्हणाला, ''सरकार, माझ्याकडून तयारी पूर्ण झाली आहे. आता

मला या युनूस खानची मदत लागणार आहे. तेव्हा आज संध्याकाळी सर्वांनीच माझ्या घरी यावं आणि माझी तयारी पहावी अशी माझी विनंती आहे.'' ते ऐकून सगळेजण एका पायावर तयार झाले. संध्याकाळ होण्याची वाट पाहायला लागले. आज दरबाराचं काम उगीचच लांबल्यासारखं वाटत होतं. कारण कामात कुणाचंच मन लागत नव्हतं. शेवटी एकदाची संध्याकाळ झाली. बादशहा आणि सगळ्या सरदारांचा लवाजमा बिरबलाच्या सोबत त्याच्या घरी गेला. बिरबलानं पत्नीला आधीच कल्पना देऊन ठेवलेली होती. त्यामुळे तिनं स्वागताची झकास तयारी केली होती. सगळ्यांना सरबत आणि फराळ देऊन तिनं त्यांचं उत्तम आदरातिथ्य केलं. बादशहा प्रसन्न झाला. सगळेजण आता चांगलेच उतावीळ झाले होते.

बादशहानं विचारलं, ''बिरबल, तू काय तयारी केली आहेस, दाखव तरी.'' बिरबल म्हणाला, ''दाखवतो ना सरकार. फक्त एका गोष्टीची आठवण करून

देतो. हे युनूस खान मला मदत देणार होते. ती मिळाल्याखेरीज काही मला हवामहल बांधता येणार नाही. तर त्यांची तयारी आहे ना?''

युनूस खान म्हणाला, ''मला आठवण आहे. काय करायचं ते बोला.'' बिरबल म्हणाला, 'या इकडे,' आणि त्यानं पोपट जिथे ठेवलेले होते त्या दालनात सर्वांना नेलं. कलकल करणारे ते वीस पोपट पाहून कुणालाच काही कळेना. बादशहा म्हणाला, ''बिरबल, हा काय प्रकार आहे?''

बिरबल साळसूदपणे म्हणाला, ''सरकार, ही माझ्या बाजूनं केलेली तयारी आहे. हे पोपट माझे कामगार आहेत. ते मागतील ते सामान या युनूस खाननं आणून दिलं की हे लागलीच हवामहल बांधून द्यायला तयार आहेत.'' असं म्हणून त्यानं भांड्यात दाणे खुळखुळ वाजवले. त्याबरोबर सगळे पोपट एका सुरात गायला लागले, ''ढगांच्या विटा, विजेचे खांब, आणा हो आणा, इंद्रधनुची कमान आणून द्या एवढं सामान, भरभर बांधून देऊ हवामहल छान.''

ते ऐकताच सगळेजण चाटच पडले. बिरबल म्हणाला, "तर मग, युनूस खान, तुम्ही ऐकलंत या कारागिरांचं म्हणणं काय आहे ते. ते सामान आणून द्या म्हणजे हे लगेचच तुम्हाला हवामहल बांधून देतील. आहे काय आणि नाही काय!" युनूस खानला धक्काच बसला. असं काही होईल हे त्याच्या गावीही नव्हतं. तो म्हणाला, "असं सामान मिळणं शक्य तरी आहे का?" बिरबल म्हणाला, "ते मला माहीत नाही. मी नाही का कारागीर शोधून आणले. आता फक्त तुम्ही सामान आणा."

बिरबलानं युनूस खानचे दात घशात घातलेत हे पाहून खुश झालेला बादशहा म्हणाला, "युनूस खान, कबूल केल्याप्रमाणं तुम्हाला हे सामान आणून द्यावंच लागेल, नाहीतर हार मान्य करा, आणि बिरबलाला एक हजार सुवर्णमुद्रा द्या." आता युनूस खान चांगलाच कात्रीत सापडला. त्याच्याकडे हार मान्य करण्यावाचून काही उपायच नव्हता. त्यानं चुपचाप एक हजार सुवर्णमुद्रा बिरबलाला काढून दिल्या आणि मान खाली घालून तो तिथून निघून गेला.

असली राजा

बिरबलाची कीर्ति ऐकून त्याला देशोदेशीचे राजे बोलावून घेत असत. त्याच्या बुद्धीचातुर्याची परीक्षा घेत आणि त्याच्यावर प्रसन्न होऊन त्याला मानसन्मान देत. असाच एकदा बिरबल इराणच्या बादशहाचा पाहुणचार घेण्यासाठी निघाला होता. मजल-दरमजल करत तो भारतातून इराणमध्ये पोहोचला. त्याच्या स्वागताला आलेल्या लोकांनी त्याच्या राहण्याची उत्तम सोय केलेली होती. अंघोळ करून बिरबलानं जेवण घेतलं आणि आराम केला. दुसऱ्या दिवशी सकाळी दहा वाजायच्या सुमारास इराणच्या बादशहानं त्याला दरबारात भेटण्यासाठी बोलावलं होतं. सगळं आवरून चांगलासा पोषाख घालून बिरबल तयार झाला आणि बादशहानं पाठवलेल्या लोकांबरोबर दरबारात पोहोचला.

इराणच्या बादशहानं बिरबलाची परीक्षा घेण्यासाठी एक वेगळाच बेत आखला होता. त्यानं स्वत:सारखे दिसणारे त्याच्याच वयाचे आणखी पाच तरूण गोळा केले होते. त्यांना स्वत:सारखेच उंची कपडे आणि डोक्यावर मुकुट घालून ओळीनं दरबारात बसवलं होतं. तो स्वत:ही त्यांच्या मध्ये जाऊन बसला होता.

बिरबल आता आल्यावर त्याला समोर हे अनोखं दृश्य दिसलं. आपली परीक्षा घेण्यासाठी ही युक्ती करण्यात आल्याचं त्याच्या ताबडतोब लक्षात आलं. तो फक्त काही क्षण थबकला आणि मग त्या सहाजणांपैकी खऱ्या बादशहाच्या समोर अचूक जाऊन उभा राहिला आणि त्याला त्यानं लवून मुजरा केला.

ते पाहून तो बादशहा थक्कच झाला. त्यानं बिरबलाला विचारलं, ''काय रे, मीच खरा बादशहा आहे, हे तू कसं ओळखलंस? आणि आम्ही असा काही बेत केल्याचं तुला आधीच कळलं होतं की काय?''

बिरबल हसला आणि म्हणाला, ''नाही सरकार, मला असं काही घडेल याची अजिबात कल्पना नव्हती. पण तरीही समोर दिसणारं दृश्य माझी परीक्षा घेण्यासाठी निर्माण करण्यात आलं आहे हे माझ्या लगेचच लक्षात आलं. मी शांतपणे सगळ्यांकडे निरखून पाहिल्यावर माझ्या असं लक्षात आलं की सहाजणांपैकी फक्त तुम्हीच अत्यंत आत्मविश्वासानं आणि रुबाबात बसलेले आहात. बाकी पाच जणांच्या चेहऱ्यावर गडबडून गेल्याचा भाव होता. शिवाय ते सगळे अस्वस्थपणे तुमच्याकडेच पाहात होते. राजाचे कपडे घालून कुणाला राजा होता येत नाही. ते रक्तातच असावं लागतं. म्हणून तर तुम्ही माझ्याकडे थेट रोखून करारी नजरेनं पाहात होता आणि बाकीचे सगळे आपण नोकर

आहोत याचा विसर न पडल्यामुळे संकोचून बसलेले होते. त्यामुळे मी ताबडतोब ओळखलं की असली बादशहा तुम्हीच आहात.''

ते उत्तर ऐकून इराणचा बादशहा कमालीचा प्रभावित झाला. म्हणाला, ''बिरबल, आम्ही तुझ्याबद्दल जे काही ऐकून होतो, ते कमीच होतं. तू तर त्याहीपेक्षा हुशार निघालास.''

बिरबल विनम्रपणे म्हणाला, ''सरकार, मी हुशार आहे की नाही, ते मला माहीत नाही. पण मी निरीक्षण करतो. सावध राहतो. विचार करतो. डोळे आणि कान उघडे ठेवून आसपास वावरतो. म्हणून बहुधा माझ्या लक्षात येत असाव्यात अशा गोष्टी.''

त्याचा विनम्रपणा पाहून बादशहा हसला आणि म्हणाला, "अरे, या सगळ्या गुणांनीच तर तुला हुशार बनवलं. सगळ्यांमध्ये कुठे असतात हे गुण? हेच तर तुझं वेगळेपण आहे."

मग त्या बादशहानं बिरबलाचा उत्कृष्ट पाहुणचार केला आणि त्याचा आदरसत्कार केला. त्याला उंची कपडे, हिरे-मोती दिले आणि त्याची सन्मानानं पाठवणी केली.

दिल्ली दरबारात आल्यावर तिकडची सगळी वार्ता बिरबलानं सविस्तर वर्णन करून सांगितल्यावर बादशहा कौतुकानं त्याला म्हणाला, "खरंच बिरबल, तू आमच्या राज्याचं भूषण आहेस." असं म्हणून त्यानंही बिरबलाला सोन्याचा लखलखता हार भेट म्हणून दिला.

जगप्रवाशांची कोडी

बिरबलाला जसे देशोदेशीचे राजे बोलावून घेत असत तसेच वेगवेगळ्या देशांमधले विद्वानही अकबर बादशहाच्या दरबारात येऊन बिरबलाची परीक्षा घेत असत. असेच एकदा दोन जगप्रवासी फिरत-फिरत दिल्लीला आले. बादशहानं त्यांचं यथोचित स्वागत केलं आणि विचारलं, "तुमची काय अपेक्षा आहे?"

त्यावर ते दोघे म्हणाले, "आम्हाला सोनं-नाणं काही नको आहे. फक्त आम्ही विचारू त्या प्रश्नांची बिरबल महाराजांनी बिनतोड उत्तरं दिली तर बरं होईल."

बादशहानं बिरबलाकडे पाहिलं. बिरबल उठून उभा राहिला आणि म्हणाला, "अवश्य विचारा. मी माझ्या आवाक्यात असेल तर जरूर उत्तरं देईन."

पहिला प्रवासी म्हणाला, "हे नुसते प्रश्न नाहीत. ही कोडी आहेत. तुम्हाला त्यांची उकल करावी लागेल."

बिरबल म्हणाला, ''काही हरकत नाही. सांगा तुमची कोडी.''

तो प्रवासी म्हणाला, ''माझा निवास सगळीकडे आहे. मी जगाच्या कानाकोपऱ्यात आहे. डोंगर-दऱ्या, नदी, वाळवंट, जंगलात, जमिनीवर, आकाशात... सर्व ठिकाणी मी आहेच. सगळीकडे राहत असूनही मी कुणालाही दिसत मात्र नाही. पण मी नसलो तर लोक जगू शकणार नाहीत. असा 'मी' कोण आहे, ओळखा पाहू?''

त्याचा प्रश्न पूर्ण होताक्षणीच बिरबल चटकन म्हणाला, ''हा तर शाळकरी उखाणा आहे. आणि याचं उत्तर अगदी सोपं आहे. सगळीकडे भरून राहिलेली 'हवा', हेच तुमच्या कोड्याचं उत्तर आहे.''

क्षणाचाही विचार न करता बिरबलानं पटकन दिलेलं उत्तर ऐकून तो प्रवासी थक्कच झाला. मोठ्या आनंदानं बिरबलाच कौतुक करत तो खाली बसला.

मग दुसरा प्रवासी उठला. तो म्हणाला, ''मी अत्यंत वेगवान आहे. वायु वेगापेक्षा जास्त गतीनं मी जगभर हवं तिथे फिरतो. मी नाही असं ठिकाणच नाही. मी प्रत्येकाजवळ आहे, आणि तरीही कुणाच्या दृष्टीस पडत नाही. एका जागी बंदिस्त असूनही मी दाही दिशांना फिरत असतो. ओळखा पाहू 'मी' कोण?''

बिरबल हसला आणि लगेचच म्हणाला, ''या कोड्याचं उत्तर आहे 'मन'. मन अतिशय चंचल असतं. ते माणसाच्या आतमध्ये बंदिस्त असतं, तरीही सगळीकडे भटकत राहतं.'' दुसरा प्रवासीही अतिशय आनंदित झाला. त्यानंही तोंड भरून बिरबलाचं कौतुक केलं. बादशहा बिरबलावर अतिशय खुश झाला. बिरबलानं दरबाराची लाज राखलेली पाहून त्यानं त्याला रत्नहार भेट दिला आणि त्या प्रवाशांनाही धन दिलं.

चालणारी झाडं

चीनच्या सम्राटाचा एक दूत एकदा अकबर बादशहाच्या दरबारात आला आणि त्यानं बादशहाला एक पत्र दिलं. त्यात असं लिहिलेलं होतं, ‘‘तुमच्या राज्यात एकाहून एक हुशार लोक आहेत असं कानावर आलं आहे. त्यांना तुम्ही नवरत्नं असंही म्हणत असल्याचं कळतं. ही हुशार लोकं आमची एक मागणी पूर्ण करू शकतील का? आम्हाला चालणारी झाडं हवी आहेत. तुम्ही ती पाठवून दिलीत तर आम्ही तुम्हाला मानू.’’

ते पत्र ऐकल्यावर बादशहा बुचकळ्यातच पडला. झाडं चालत बिलत नसतात, हे सर्वांनाच माहीत होतं, अगदी चीनच्या सम्राटालाही. तरीही त्यानं खोडसाळपणानं हा प्रश्न टाकलेला होता. त्यात अकबर बादशहाची नाचक्की करणं हाच उद्देश होता. ती तर होऊन चाललं नसतं. त्यानं आपल्या सर्व सरदारांकडे पाहिलं. तेही चकित होऊन एकमेकांच्या तोंडाकडे पाहात होते.

शेवटी बादशहानं बिरबलाला विचारलं, ''बिरबल, या पत्राला काय उत्तर देऊ या? तुला काही सुचतंय का?'' बिरबल म्हणाला, ''खाविंद, त्यांना कळवा की आम्ही लवकरच चालणारी झाडं त्यांच्याकडे पाठवून देऊ. ती चालत चालत येणार असल्यामुळे त्यांना चीनला पोहोचायला जरा वेळ लागेल, तरीपण ती उशीरा का होईना, पोहोचतील तिकडे. काळजी करू नका म्हणावं.''

बादशहाला हसावं की रडावं, तेच कळेना. तो म्हणाला, ''बिरबल, आवेशाच्या भरात वाट्टेल ते कबूल करून बसत नाहीयेस ना? नाहीतर नंतर हसं होईल आपलं.''

बिरबल ठामपणे म्हणाला, ''सरकार, आजवर असं कधी झालं आहे का? तुम्ही काळजी करू नका. माझ्याकडे युक्ती आहे.''

बिरबलाच्या बोलण्यावर विश्वास ठेवून अकबर बादशहानं तसं पत्र चीनच्या सम्राटाला पाठवून दिलं.

बिरबलही लगेचच कामाला लागला. त्यानं एका बैलगाडीत मागच्या बाजूला चारी बाजूंनी फळ्या ठोकून घेतल्या. मग त्या खोक्यासारख्या चौकोनात माती, पाणी आणि शेणखत घातलं. मग त्यात शोभेच्या झाडांची लागवड केली. चार-आठ दिवसात अंकुर वरती दिसायला लागले. ते थोडेसे वाढल्यावर बिरबलानं बादशहाला गच्चीत थांबायला सांगितलं आणि नोकरांकरवी लांबूनच ती बैलगाडी राजवाड्याकडे चालवत आणली.

लांबून ते दृश्य असं दिसत होतं की जणू काही छोटी वनस्पती चालत चालत निघालेली आहे. ते पाहून बादशहाला इतकी गंमत वाटली की त्यानं बिरबलाची पाठच थोपटली. बिरबल म्हणाला, "सरकार, आता ही गाडी आपण चीनच्या सम्राटाकडे पाठवूया. तिथे पोहोचेपर्यंत ही झाडं चांगली तरारलेली असतील. बरोबर आपण काही माळी पाठवू या. म्हणजे मग ते रस्ताभर या झाडांची चांगली निगा राखतील." बादशहाला ते पटलं आणि त्यानं त्याप्रमाणे व्यवस्थाही केली. योजनेप्रमाणे माळ्यांनी गाडीतल्या झाडांची चांगली काळजी घेतल्यामुळे चीनला पोहोचेपर्यंत त्या झाडांची उत्तम वाढ झालेली होती. शोभेची झाडं असल्यामुळे त्यांना रंगीबेरंगी पानंही आलेली होती.

ते दृश्य खूपच सुंदर दिसत होतं. तिथे गेल्यावर त्यांनी चीनच्या सम्राटाला राजवाड्याच्या गच्चीत थांबायची विनंती केली. तो तिथे उभा राहिल्यावर लांबूनच त्याला ती गाडी येताना दिसली. दूरून असं वाटत होतं की जणू काही ती रंगीत झाडं आपोआपच चालत येत आहेत. ते पाहून चीनच्या सम्राटानं तोंडात बोटंच घातली. त्यानं त्या बैलगाडीसोबत आलेल्या लोकांचं चांगलं स्वागत केलं आणि त्यांच्यासोबत अकबर बादशहाला पत्र पाठवून आपली हार मान्य केली. शिवाय ही युक्ती बिरबलाची असल्याचं सम्राटाला कळलेलं असल्यामुळे त्यानं बिरबलासाठी खास चीनचं वैशिष्ट्य असलेली उंची रेशमी वस्त्रं पाठवून दिली. अकबर बादशहापण बिरबलावर खुश झाला आणि त्यानंही बिरबलाला हिऱ्यांचा हार भेट म्हणून दिला आणि त्याचं भर दरबारात तोंड भरून कौतुक केलं.

बिरबल कन्या

एकदा बिरबल आपल्या सहा-सात वर्षांच्या मुलीला घेऊन बाजारात चाललेला होता. तितक्यात त्याला शोधत काही शिपाई आले आणि म्हणाले, "महाराज, बेगमसाहेबांनी तुम्हाला याद केलं आहे. काहीतरी महत्त्वाचं काम आहे. लगेच बोलावलंय."

ते ऐकून बिरबल हातातलं काम सोडून मुलीला बरोबर घेऊन तसाच राजवाड्याकडे निघाला. बेगमसाहेबांच्या महालात जाण्यापूर्वी त्यानं मुलीला तिथल्या बगिच्यात थांबायला सांगितलं. मुलगी बगिच्यात इकडे-तिकडे हुंदडत असताना तिथे प्रत्यक्ष अकबर बादशहा फिरत-फिरत आला. त्या अनोळखी मुलीला तिथे पाहून त्याला तिच्याबद्दल कुतूहल वाटलं. तो तिच्याजवळ गेला आणि तिची विचारपूस करायला लागला.

बादशहानं तिला फारसी भाषेत प्रश्न विचारले. तिनंही धीटपणानं त्याच्या प्रश्नांची फारसी भाषेतच उत्तरं दिली. पोषाखावरून ती मुलगी हिंदू दिसत होती. पण फारसीत व्यवस्थित बोलत होती. बादशहाला मोठं कौतुक वाटलं तिचं.

त्यानं तिला विचारलं, "अरे व्वा, तुला आमची भाषा छान बोलता येते की." त्यावर ती मुलगी नम्रपणे म्हणाली, "छान येत नाही, पण थोडीफार येते आपली."

बादशहाला तिची थट्टा करायची लहर आली. म्हणून तो तिला म्हणाला, "म्हणजे गं काय? थोडी की फार?"

त्यावर ती मुलगी अतिशय धीटपणे, न घाबरता म्हणाली, "म्हणजे असं की, ज्यांना फार येते त्यांच्यापेक्षा मला थोडी येते आणि ज्यांना थोडी येते त्यांच्यापेक्षा फार येते."

तिच्याकडून आलेलं ते अनपेक्षित उत्तर ऐकून बादशहा चाटच पडला. त्यानं अत्यंत कुतूहलानं तिला विचारलं, "तू कोण आहेस? कुणाची मुलगी आहेस?"

ती मुलगी काही बोलणार तोच तिला तिचे बाबा म्हणजे बिरबल बगिच्यात येताना दिसले. त्यामुळे तिनं त्याच्याकडे बोट करून सांगितलं, "मी त्यांची मुलगी आहे." बादशहा आदरानं मान डोलावत म्हणाला, "बाप तशी बेटी. इतक्या हुशार माणसाची मुलगी हुशार नसेल तरच नवल. पण बिरबल, ही तर तुझ्यापेक्षाही धीट निघाली."

बिरबल नुसताच मंदपणे हसला. बादशहानं नोकराकरवी भरपूरशा मिठाया आणि खेळणी मागवली आणि ती बिरबलाच्या मुलीला भेट दिली. तिनं बादशहाला हात जोडून नमस्कार केला आणि पित्याबरोबर घरी गेली. बगिच्यातून बाहेर पडत असलेल्या त्या पितापुत्रीकडे पाहून बादशहा म्हणाला, "व्वा, याला म्हणतात संस्कार! 

स्वभावाला औषध

बिरबलाच्या घरी एक सुस्वभावी तरुण नोकरी कराचा. त्याचं लग्न झालं आणि बिचाऱ्याचं दुर्दैवच ओढवलं. कारण त्याची नववधू अतिशय लाडावलेली आणि आळशी होती. तिला काहीही कामधाम करता येत नव्हतं. स्वयंपाकही येत नव्हता. आणि मुख्य म्हणजे तिला कशाची आवडच नव्हती. ना स्वयंपाकपाणी करण्याची, ना कुठली कलाकुसर शिकण्याची, ना घरकामाची, ना लिहिण्या-वाचण्याची. तिच्या आईवडिलांनी तिला इतकं लाडाकोडात वाढवलं होतं की ती मुलखाची आळशी बनली होती. शिवाय ती अतिशय स्वार्थीपण होती.

बघावं तेव्हा ती काहीतरी खात लोळत पडलेली असायची. काही काम सांगितलं तर मात्र 'आई गं, उई गं,' करत तक्रारी करायची. तिला सतत काहीतरी होत असायचं. कधी पायच दुखतायत, कधी पोटातच कळ येतेय...

रोज काही ना काहीतरी नवा बहाणा करायची आणि कामं टाळायची. त्यामुळे तिच्या नवऱ्याला दिवसभर नोकरी करावी लागायची आणि शिवाय घरची कामंही करावी लागायची. स्वाभाविकच त्याच्या कामात चुका व्हायला लागल्या. कामावर यायला त्याला उशीर व्हायला लागला. सुरुवातीला नवं नवं लग्न झालंय, म्हणून बिरबलाच्या घरच्यांनी दुर्लक्ष केलं. पण आता हे रोजचंच झालं.

बायकोची तक्रार ऐकून एक दिवस बिरबलानं त्याला बोलावून घेतलं आणि विचारलं, "काय रे बाबा, तुझ्याबद्दल इतक्या तक्रारी का यायला लागल्या अचानक? काही अडचण आहे का घरी? असेल तर मोकळेपणानं सांग, म्हणजे काहीतरी मदत तरी करता येईल. पण काहीच बोलला नाहीस, तर तुला कुठूनच मदत मिळणार नाही."

त्यावर तो तरूण डोळ्यात पाणी आणून आपली कर्मकहाणी सांगायला लागला.

ती ऐकल्यावर बिरबल म्हणाला, ''पण ती जर इतकी आजारी पडतेय तर काही इलाज का नाही करत?''

तो तरुण म्हणाला, ''अहो, एक नाही, छप्पन उपचार केले तिच्यावर. तिला काही गुणच येत नाही. सगळे वैद्य आणि हकीम म्हणतात की तिला काहीही धाड भरलेली नाही आणि ती मात्र सतत रडत ओरडत असते. आता काय करावं ते सांगा. ती आळशी आहे, ऐतखाऊ आहे. पण हिच्या या स्वभावाला काहीच उतार नाही, असं वैद्यबुवा म्हणतात. आता मी तरी काय करू सांगा?''

बिरबल म्हणाला, ''हे बघ, स्वभाव बदलायचं औषध माझ्याकडे आहे, पण मी सांगेन त्याप्रमाणे वागशील का, तर त्याचा उपयोग होऊ शकेल.'' तो इतका काकुळतीला आला होता की त्यानं बिरबलाचे पायच धरले आणि म्हणाला, ''काय वाट्टेल ते करीन, पण या बाईला सुधारा.''

बिरबलानं त्याला आपली योजना समजावून सांगितली. मग ठरल्याप्रमाणे बिरबल एका वैद्याचा वेष करून त्याच्याबरोबर त्याच्या घरी गेला. तिकडे त्याची बायको रोजच्याप्रमाणे आयतं खाऊन ढाराढूर झोपलेली होती. त्या तरुणानं तिला गदागदा हलवून उठवलं आणि म्हणाला, ''अगं, ऐकलंस का, मी एका नामांकित वैद्यांना घेऊन आलोय. जरा बाहेर ये बरं.'' त्यावर ती आळस देत, जांभया देत, चिडचिड करत, पाय आपटत बाहेर येऊन बसली. बिरबलानं तिला तपासलं. नाडी, जीभ आणि डोळे पाहिले. मग गंभीरपणानं तो त्या तरुणाला म्हणाला, ''हे पहा, हिला 'आलस्यम्' नावाचा एक असाध्य रोग जडलेला आहे. म्हणूनच बिचारीच्या काही अंगी लागत नाहीये. यातून बरं व्हायचं असेल तर एकच जालीम उपाय आहे.'' असं म्हणून बिरबलानं आपल्या पिशवीतून एक मोठी बाटली बाहेर काढली.

त्यात कारलं आणि कडुलिंब यांचा रस होता. ती बाटली त्या तरुणाकडे देत बिरबल म्हणाला, ''सकाळ संध्याकाळ दोन वेळा चांगले चार चमचे हे औषध हिला पिऊदे. आणि पथ्य मात्र एकच पाळायचं, तिला इतर काहीही अन्न खायला प्यायला द्यायचं नाही. आठ दिवस करून पहा, गुण नाही आला, तर माझं नाव बदलेन.'' असं म्हणून बिरबल तिथून निघून गेला.

त्या तरुणानं लागलीच आतून वाटी आणली आणि गोड आवाजात तो तिला म्हणाला, ''बरं व्हायचं ना राणी तुला, मग पी बघू हे औषध.'' असं म्हणून ती 'नको, नको,' म्हणत असताना त्यानं तिला बळजबरीनं तो कडू रस पाजला आणि तिला जेवण देणं बंद केलं.

काही वेळ तिनं कसं बसं सहन केलं. मग मात्र तिच्या पोटात कावळे ओरडायला लागले. तिनं नवऱ्याला खूप लाडीगोडी लावून पाहिली. पण बिरबलानं त्याला चांगलं पढवून ठेवलं होतं. त्यानं नाही म्हणजे नाहीच तिला काहीही खायला दिलं.

बिचारीनं सगळी रात्र तळमळून काढली. सकाळ झाल्यावर मात्र आता तिच्याच्यानं राहवेना. तिनं काहीतरी खायला मागितल्यावर नवऱ्यानं पुन्हा तो कडू रस तिला जबर्दस्तीनं पाजला आणि गोड आवाजात तिला म्हणाला, "हे बघ, मी आता कामावर चाललोय. मी आज काहीच स्वयंपाक केला नाहीए. कारण तुला पथ्य आहे ना! माझी काळजी करू नकोस. मी कामाच्या ठिकाणी खाईन काहीतरी." असं म्हणून तो घरातून बाहेर पडला.

इकडे हिनं सगळं घर पालथं घातलं पण तिला खायला काहीही मिळालं नाही. तिला स्वयंपाकही येत नव्हता, त्यामुळे करून तरी काय खाणार होती ती? बसली तशीच उपाशी. रात्री नवरा कामावरून आला आणि म्हणाला, "कसं वाटतंय आता? रात्र होत आली. आता रात्रीचं औषध घ्यायचं ना?"

त्यावर ती तयारच होईना औषध घ्यायला. तोंड घट्ट मिटून घेतलं तिनं. मग त्यानं शेजारच्या दोन आडदांड बायकांना बोलावून आणलं. त्यांनी तिच्या दोन्ही दंडांना घट्ट धरलं आणि यानं तिच्या तोंडात चार चमचे कडू औषध कोंबलं.

तीही रात्र तिनं जागूनच काढली. दुसऱ्या दिवशीही सकाळी नवरा तिला कडू औषध पाजून कामावर गेला. आजही त्यानं काहीही खायला बनवलं नाही. आता मात्र तिची सहनशक्ती संपली. तिला कळून चुकलं, की आता जर का आपण स्वत: उठून कामाला लागलो नाही, तर हे असंच होत राहील. आणि उपाशी पोटी कडू औषध पिऊन एक दिवशी आपणच मरून जाऊ.

या नुसत्या विचारानंच तिला धडकी भरली. ती चटकन उठली आणि शेजारणीकडे गेली. म्हणाली, "ताई, मला जरा स्वयंपाक कसा करायचा ते शिकवता का हो?"

शेजारणीला नवलच वाटलं. कारण तिचा आळशी स्वभाव सगळ्यांनाच ठाऊक होता. ती गालातल्या गालात हसून म्हणाली, "हो, शिकवीन की, त्यात काय अवघड आहे?" मग दिवसभरात तिनं चार सोपे पदार्थ करायला शिकून घेतले. घरी जाऊन ते केले, खाल्ले आणि नवऱ्याची वाट बघत बसली. तो आल्यावर तिला म्हणाला, "चला, राणी सरकार, औषध घ्यायचं ना?" त्यावर ती गोड आवाजात

त्याला म्हणाली, ‘‘अहो, ऐकलंत का? तुमचे ते वैद्यराज फारच हुशार आहेत हो. दोनच दिवसात मला गुण आला बघा. मला आता काहीही होत नाहीये. मी छान बरी झालीये. आता औषध नाही दिलंत तरी चालेल. हे पहा, मी आज स्वतः स्वयंपाक केलाय. या, मी पानं वाढते, तुम्ही हात पाय धुवून जेवायला या.’’ तिच्यात इतका मोठा बदल झालेला पाहून तो तरुण चाटच पडला. म्हणाला, ‘‘अरे वा, मोठा चमत्कारच घडला म्हणायचा. त्या वैद्यराजांचे मला आभारच मानायला हवेत.’’ मनातल्या मनात हसत त्यानं तिच्यासोबत जेवण केलं. दुसऱ्या दिवशी तो कामावर आल्या-आल्या बिरबलाला भेटला आणि हसत-हसत म्हणाला, ‘‘वैद्यराज, तुमचं जालीम औषध चांगलंच लागू पडलं बरं का! माझी बायको सुधारली आणि कामालाही लागली. हा पहा, मला आज तिनं स्वतः डबा करून दिलाय.’’ बिरबल गालातल्या गालात हसला, म्हणाला, ‘‘कधी कधी स्वभावालाही औषध असतं बरं का?’’

बादशहाला दगड मारला

मे महिन्याचे दिवस होते. आंब्याच्या झाडांना भरपूर आंबे लगडलेले होते. बादशहाला आंबे खूप आवडत असत. नेहमीप्रमाणे बिरबल आणि बादशहा नदीकाठी फिरायला बाहेर पडलेले असताना त्यांना दुरून आमराई दिसली. बादशहा म्हणाला, ''बिरबल, या वर्षी मोहोर भरपूर आला होता म्हणे? म्हणजे यंदा आंबा खूप होणार.''

बिरबल म्हणाला, ''हो ना, सरकार. या वर्षी भरभरून आंबा मिळणार खायला.''बादशहा म्हणाला, ''चल, आज आपण आमराईत फिरायला जाऊ. पाहूया तरी किती फळ आलंय ते!''

मग दोघंजण चालत चालत आमराईत आले. आंबे पाहात झाडांच्या मधून चालताना अचानक एक दगड सणसणत आला आणि बादशहाच्या पाठीत रपकन आदळला. बादशहाला तो दगड इतक्या जोरात लागला की बिचारा कळवळलाच.

संतापलेल्या बादशहानं कडाडत शिपायाला हाक मारली आणि म्हणाला, ''मला दगड मारणाऱ्या माणसाच्या मुसक्या बांधून समोर हजर करा.''

शिपाई धावतच गेले आणि थोड्या वेळानं एका म्हाताऱ्या माणसाला घेऊन आले. त्याला पाहताच बादशहाला राग अनावर झाला. काडकन त्याच्या मुस्काडीत मारत तो म्हणाला, ''मला, प्रत्यक्ष बादशहाला दगड मारतोस? थांब, तुला जन्माची अद्दल घडवतो.'' असं म्हणून त्यानं शिपायांना त्या म्हाताऱ्याला तुरुंगात डांबायची आज्ञा केली. शिपाई त्याला घेऊन तिथून निघून गेले.

बादशहा आणि बिरबल चालत चालत राजवाड्याकडे परतले. बादशहाला महालात सोडून आपल्या घराकडे जाताना बिरबलाला असं वाटलं, की निदान त्या म्हाताऱ्याची बाजू तरी ऐकून घ्यावी. म्हणून तो घरी जाण्याच्या ऐवजी तुरुंगाकडे गेला. तिथे जाऊन तो त्या म्हाताऱ्याला भेटला. म्हणाला, “बाबा, खरं सांगा, तुम्ही हे साहस का केलंत? बादशहाला का दगड मारलात?” तो म्हातारा डोळ्यात पाणी आणून म्हणाला, “हे असलं वेडं साहस करण्याचं ना माझं वय आहे, ना माझ्या अंगात तेवढी ताकद आहे. बाळा, मी चार दिवसांचा उपाशी आहे. भूक लागली म्हणून दोन आंबे तरी पाडून खावेत म्हणून मी दगड मारला तो नेम चुकून नेमका सरकारांना लागला. एवढाच काय तो माझा दोष आहे.”

असं म्हणून तो अश्रू ढाळायला लागला. बिरबलानं त्याच्याकडे रोखून पाहिलं. खरंच, त्या माणसाच्या अंगात फाटके-तुटके कपडे होते, शिवाय शरीर म्हणजे हाडांचा सापळाच जणू. हा मुद्दामहून असं करेल, असं बिरबलाला वाटेना. त्यानं

त्या म्हाताऱ्याच्या कानात काहीतरी सांगितलं. ते ऐकून म्हाताऱ्याचा चेहरा खुलला. मग बिरबलानं शिपायांकरवी त्याला खाऊ पिऊ घातलं आणि तो घरी गेला. दुसऱ्या दिवशी म्हाताऱ्याचा खटला सुनावणीला आला. बादशहा म्हणाला, ''या म्हाताऱ्याला चाबकाचे पन्नास फटके मारा आणि हाकलून द्या.'' ते ऐकून तो म्हातारा बिचारा मटकन खालीच बसला. पन्नासच काय, पण एकही फटका खायचा त्राण नव्हता त्याच्या अंगात. तेवढ्यात बिरबल म्हणाला, ''सरकार, आपल्या नियमाप्रमाणे त्याला त्याची बाजू मांडायची संधी दिली पाहिजे. नाहीतर आपण अन्याय करता असा जनतेचा समज होईल.'' ते ऐकून बादशहानं नाईलाजानं त्या म्हाताऱ्याला बोलायची परवानगी दिली.

तो म्हातारा म्हणाला, ''सरकार, मला कुणीही नाहीये. मी लोकांकडे हात पसरून अन्न मागतो, काही मिळालं तर खातो. पण चार दिवस मला काहीच भिक्षा मिळाली नव्हती. मी उपाशी पोटी फिरत फिरत आमराईत आलो. आंबे पाहिल्यावर मनात आलं, चार आंबे पाडावेत आणि पोट भरावं. म्हणून दगड मारला. नेम चुकला, त्यामुळे आज मला तुमच्याकडून पन्नास फटक्यांची शिक्षा मिळतेय. नेम बरोबर लागला असता, तर त्या दयाळू झाडानं काही मला फटके दिले नसते. उलट चार आंबे देऊन माझ्यासारख्या गरीब, असहाय म्हाताऱ्याला तृप्तच केलं असतं. एवढ्या मोठ्या हिंदुस्थानाच्या बादशहापेक्षा ते मुकं झाडच किती महान आहे बघा. दगड खाऊनही मला त्यानं गोड फळच दिली असती.'' असं म्हणून तो पुन्हा रडायला लागला. त्याचं बोलणं ऐकून बादशहा चपापला. ती संधी साधून बिरबल पुढे होऊन म्हणाला, ''सरकार, म्हाताऱ्याच्या हातून नकळत गुन्हा घडलेला आहे.

माझं असं मत आहे की आपण त्याला थोडे पैसे देऊन सोडून द्यावंत. नाहीतर आज या म्हाताऱ्याला तुमच्यापेक्षा झाड जास्त महान वाटतंय, उद्या सगळ्या जनतेचंही तेच मत होईल तुमच्याबद्दल. तसं होणं चांगलं नाही ना, सरकार? त्या झाडापेक्षा तुम्ही नक्कीच महान आहात. त्या झाडानं या माणसाला चार आंबे दिले असते, तुम्ही मनात आणाल तर चारशे सुवर्णमुद्रा देऊ शकता. बदल्यात एका गरीब माणसाच्या लाख दुवा मिळतील सरकार तुम्हाला.'' एवढं बोलून बिरबल शांत बसला. बादशहा आता काय निर्णय देतो, याची वाट पाहात तो जागेवर बसून राहिला. त्याला माहीत होतं, बादशहा नक्की मत बदलेल, आणि झालंही तसंच.

बिरबलाच्या या बोलण्याचा बादशहाच्या मनावर खोल परिणाम झाला. त्यानं शिपायांना आज्ञा केली, ''याला शंभर सुवर्णमुद्रा द्या आणि सोडून द्या. शहरातल्या धर्मशाळेला आज्ञा द्या, की हा म्हातारा जिवंत असेपर्यंत याला रोज पोटभर फुकट जेवण दिलं जावं.'' ते ऐकून म्हाताऱ्याचा चेहरा एकदम उजळला. त्यानं डोळे पुसून बिरबल आणि बादशहाचे मनापासून आभार मानले.

मट्ठ झाला शास्त्रीबुवा

यमुनेच्या काठावर एकदा बिरबलाला एक उदास आणि रडवेला असा ब्राह्मण तरुण भेटला. बिरबलाला त्याची कणव आली. जवळ जाऊन त्यानं त्याची चौकशी केली.

बिरबल म्हणाला, ''का रे बाबा, असा रडतोस का? काही समस्या आहे का? मला सांग बरं, मला काही मदत करता येते का ते पाहूया.''

डोळे पुसत तो तरुण सांगायला लागला, ''अहो, मी एका गरीब ब्राह्मणाचा मुलगा आहे. माझं नाव शंकर. पण दुर्दैवानं देवानं मला बुद्धीच नाही दिली. त्यामुळे कितीही शिकलो तरी मला काहीच येत नाही हो. माझ्या काही लक्षातच राहत नाही. त्यामुळे सगळेजण माझी टिंगल करतात. लोकांचं एकवेळ मी मनावर घेतलंही नसतं, पण माझे आईवडीलच माझ्यावर खूप नाराज झालेत. असा निर्बुद्ध मुलगा आपल्या पोटी का जन्माला आला, असं म्हणून ते

कपाळ बडवून घेतात. मी जर शास्त्रसंपन्न झालो तर लोक शास्त्रीबुवा म्हणून मला मान देतील, अशी त्यांना खूप आशा वाटते. पण मी तरी काय करू हो? मला काही येतच नाही, लक्षात राहत नाही की समजत नाही. रोज रोज आपली नाचक्की करून घेण्यापेक्षा मरुन गेलेलं काय वाईट, असा विचार करून मी आज नदीच्या काठी आलोय.''

ते ऐकून बिरबलाला खूप वाईट वाटलं. तो म्हणाला, ''मी काही करू शकतो का? तू मला ओळखतोस का?''

त्यावर तो मुलगा नम्रपणे म्हणाला, ''हो, मी तुम्हाला ओळखतो बिरबल महाराज. तुम्ही माझ्यासाठी एक कराल का? मी तर काही वेदविद्यासंपन्न बनू शकणार नाही. पण काहीतरी करून लोकांनी मला शास्त्रीबुवा म्हणून संबोधलं तर मला खूप बरं वाटेल. तुम्ही इतके मोठे वजीर आहात, तुम्ही काहीही करू शकाल. कराल का एवढं माझ्यासाठी?''

त्याला इतकं काकुळतीला आलेलं पाहून बिरबल विचारात पडला. काहीही ज्ञान नसताना लोक या मठ्ठ तरुणाला शास्त्रीबुवा म्हणून का हाक मारतील? त्याला काही सुचेना. त्या मुलाची समजूत घालत तो म्हणाला, "हे बघ मुला, मी जरी वजीर असलो तरी, विनाकारणच एखाद्याला लोकांनी शास्त्रीबुवा म्हणावं, असा काही कायदा मला करता येत नाही. त्यापेक्षा तू शास्त्रीबुवा बनायचा हट्ट सोडून दे. मी तुझ्या आईवडिलांची समजूत घालीन हवं तर. तुला मी नोकरी मिळवून देऊ का? स्वत:च्या पायावर उभा राहिलास की तुझं लग्न वगैरे होईल, आणि तुला वेदविद्या येत नाही हे लोक आपोआपच विसरतील."

पण तो मुलगा काही केल्या आपला हट्ट काही सोडेना. मग नाईलाजानं बिरबल म्हणाला, "बरं, ठीक आहे. मी एक युक्ती करतो. पण मी म्हणेन त्याप्रमाणे वागशील का?"

तो मुलगा आनंदानं म्हणाला, ''हो, शास्त्रीबुवा म्हणवून घेण्यासाठी काय वाट्टेल ते करायची माझी तयारी आहे.''

बिरबल म्हणाला, ''ठीक आहे तर मग, उद्या याच वेळी नदीकाठी फिरायला ये.''

तो मुलगा 'बरं,' म्हणून निघून गेला. दुसऱ्या दिवशी तो नदी काठी फिरत असताना बिरबल तिथे आला. काठावर बरीच लहान मुलं खेळ खेळत होती. बिरबल त्यांच्याजवळ जाऊन म्हणाला, ''बाळांनो, तो ब्राह्मण मुलगा दिसतोय का तुम्हाला, शेंडीवाला? त्याला शास्त्रीबुवा म्हटलं की तो फार चिडतो बरं का!'' एवढं बोलून बिरबल दूर गेला. मुलं त्या शेंडीवाल्या तरुणाकडे कुतूहलानं पहायला लागली. आता त्यांना आपल्या रोजच्या खेळात रस वाटेनासा झाला.

आपल्याला काहीतरी नवी करमणूक मिळाली असं त्यांना वाटायला लागलं. त्या तरुणाजवळ जाऊन ती मुलं त्याला, "ओ, शास्त्रीबुवा, अहो, शास्त्रीबुवा," अशा हाका मारायला लागली. त्याबरोबर त्या तरुणानं हातात दगड घेतले आणि ते मुलांच्या दिशेनं भिरकावत तो ओरडायला लागला. शिव्या देत तो मुलांच्या अंगावर धावून गेला. त्यासरशी मुलं घाबरली आणि पळत सुटली. पण दुसऱ्या दिवसापासून त्यांना हाच खेळ आवडायला लागला.

होता-होता, थोड्या दिवसांनी त्या तरुणाचं नावच 'शास्त्रीबुवा' असं पडलं. कारण आता मुलंच नव्हे तर मोठी माणसंही त्याला शास्त्रीबुवा म्हणायला लागली. हळूहळू त्या तरुणानं चिडणं, ओरडणं आणि दगड मारणं सोडून दिलं. पण त्याला आता लोक शास्त्रीबुवा याच नावानं ओळखायला लागले.

तो तरुण इतका आनंदित झाला की थेट बिरबलाच्या घरी जाऊन त्याच्या पायाच पडला आणि म्हणाला, ''महाराज, आता मला काहीतरी मला जमेल अशी नोकरी मिळवून द्या. मला स्वत:च्या पायावर उभं राहायचं आहे. कारण माझ्या म्हाताऱ्या आईवडिलांचा मी एकुलता एक मुलगा आहे. आता माझ्यावरच त्यांची जबाबदारी आहे.''

त्याचा चांगुलपणा पाहून बिरबलाला आनंद झाला. त्याच्या मनात आलं, ''बुद्धी नसली तरी काय झालं, हा मुलगा सज्जन आहे. याचं भलं केलं पाहिजे.''

मग त्यानं त्याला दरबारात कारकुनाची नोकरी दिली. कारण त्याचं अक्षर खूप सुरेख होतं. तो मुलगाही इमानइतबारे नोकरी करायला लागला आणि आईवडिलांचा प्रेमानं सांभाळही करायला लागला.

भेंडीचा नोकर

बादशहाच्या पाकशाळेत एक नवीन आचारी आला. त्यामुळे साहजिकच पदार्थांची चव बदलली. त्यानं एकदा भेंडीची भाजी केली. ती बादशहाला प्रचंड आवडली. इतकी की त्यानं त्या आचाऱ्याला खास बोलावून घेतलं आणि त्याला दहा सुवर्णमुद्रा इनाम म्हणून दिल्या.

संध्याकाळी बिरबलासोबत फिरताना बादशहानं भेंडीच्या भाजीची भरभरून स्तुती केली. सुरूवातीला बिरबलानं ती हसून आणि मान डोलावून ऐकून घेतली. पण आज बादशहा भेंडीची तारीफ करताना थकायचं नावच घेत नव्हता. मग मात्र बिरबल गंभीरपणानं म्हणाला, "सरकार, तुम्हाला भेंडी इतकी आवडली ही फारच चांगली गोष्ट आहे. भेंडी ही काही साधीसुधी भाजी नाही. ती फार औषधी आहे. भेंडी रक्त शुद्धीकरणाचं काम करते. त्यामुळे आयुर्वेदानुसार भेंडी आरोग्याला हितकरच मानलेली आहे. फार काय, तिला पृथ्वीवरचं अमृत म्हटलं तरी चुकीचं ठरणार नाही."

ते ऐकून बादशहा खुश झाला. बादशहानं बिरबलाला जेवायला बोलावलं. आचाऱ्यानं खास त्यांच्यासाठी भेंडीची भाजी केली. ती खरोखरच चविष्ट झालेली असल्यामुळे बिरबलानं मनापासून भाजीची आणि आचाऱ्याची स्तुती केली. झालं. आचारी आता रोजच भेंडीची भाजी बनवायला लागला आणि बादशहाही बिरबलाला रोजच जेवायचा आग्रह करायला लागला.

पण हळू हळू बादशहाला भेंडीची भाजी रोज खायचा कंटाळा यायला लागला. ती कितीही आवडलेली असली तरी त्याला दुसरेही पदार्थ खायची इच्छा व्हायची. पण पानात मात्र भेंडीच पडायची.

एके दिवशी मात्र जेवायला बसल्यावर पानात भेंडीची भाजी वाढलेली पाहून बादशहा जाम वैतागला. चिडून तो म्हणाला, "पुरे झालं आता या भेंडीचं कौतुक! दुसऱ्या भाज्या आहेत की नाहीत? मला ही भेंडी डोळ्यासमोरही नकोशी झालेली आहे."

ते ऐकून बिरबल आचाऱ्याला रागावला. म्हणाला, "अरे, तुला काही कळतं की नाही? सरकार काय, प्राणी आहेत का रोज रोज भेंडी खायला? हे असलं विष पुन्हा त्यांना खायला घातलंस तर याद राख, तुझं डोकं खांद्यावर राहणार नाही."

तो आचारी थरथर कापत 'होय सरकार,' असं म्हणून तिथून निघून गेला. पण बादशहा मात्र बिरबलाचं बोलणं ऐकून थक्कच झाला. तो म्हणाला, "अरे बिरबल, किती दुटप्पीपणानं बोलतोस रे तू? मागच्याच आठवड्यात तू म्हणाला होतास की भेंडी आरोग्याला हितकारक आहे आणि अमृतासारखी आहे. आणि आता सरळ विष म्हणतोस तू भेंडीला?"

बिरबल नम्रपणानं हात जोडून म्हणाला, ''त्याचं काय आहे सरकार, मागच्या आठवड्यात तुम्हाला भेंडी आवडत होती म्हणून मला पण आवडत होती आणि म्हणूनच मी तिला अमृत म्हणालो. पण या आठवड्यात तुम्हाला भेंडी डोळ्यासमोरही नकोशी झालेली असल्यामुळे मलाही ती आवडेनाशी झाली आहे. त्यामुळे मी तिला विष म्हणालो. कारण काही झालं तरी मी तुमचा नोकर आहे, भेंडीचा नाही!'' बिरबलाचं उत्तर ऐकून भेंडीवर नाराज झालेला बादशहा आपला राग विसरून खळखळून हसायला लागला.

सुखकर ऋतू

सर्व राजांप्रमाणेच अकबर बादशहाही जंगलात शिकार करण्यासाठी जात असे. अशा प्रकारचं साहस हाही एक प्रकारचा विरंगुळाच होता. खरं तर नेहमीच्या कामात हा बदल खूप आनंददायी असायचा. दरबारातलं रुक्ष काम नाही, खटले नाहीत, राजकारण नाही... मस्तपैकी मोकळ्या हवेत तंबू टाकून राहायचं, शिकारीसाठी भटकायचं, चांदण्या रात्री गप्पा मारायच्या, खायचं प्यायचं... असा भरगच्च बेत असायचा. बिरबलासह सगळेजणच खूप खुश असायचे. पण एकटा बादशहा मात्र सारखी कुरकुर करत असायचा. उन्हाळा असला तर उकडतंय किती म्हणायचा, हिवाळा असेल तर थंडी फार वाजतेय अशी तक्रार करायचा, पावसाळ्यात तर शिकारीला जाण्याचा प्रश्नच नसायचा.

एकदा जंगलात रात्रीच्या टिपूर चांदण्यात बिरबल आणि बादशहा गप्पा मारत बसले होते. अचानक बादशहानं विचारलं, ''काय रे बिरबल, सगळ्याच ऋतूत काही ना काहीतरी त्रास हा असतोच. याचा अर्थ कुठलाच ऋतू सुखकर नसतो का?''

बिरबल म्हणाला, ''सरकार, ऋतूप्रमाणे हवेत होणारा बदल कमीजास्त प्रमाणात त्रासदायक वाटू शकतो, नाही असं नाही. पण बऱ्याचदा आपल्याला तो ऋतू त्रासदायक वाटतो की सुखकर हे आपल्या मन:स्थितीवर आणि परिस्थितीवर अवलंबून असतं.''

बादशहा बुचकळ्यात पडला. म्हणाला, ''म्हणजे काय?''

बिरबल म्हणाला, ‘‘आता पावसाळा हा एकच ऋतू घ्या. एखाद्या कवीमनाच्या माणसाला पाऊस खूप काव्यमय आणि सुंदर वाटेल. पण लाकूडतोड्याला तोच पाऊस शत्रूसारखा वाटेल. कारण पावसाळ्यात त्याची ओली लाकडं कोण विकत घेणार? म्हणजे लाकूड कमी किमतीला विकणं आलं, तसं झालं की नुकसान होणंही आलं. पण तिकडे शेतकऱ्याला मात्र पाऊस वरदानासारखा वाटतो. कारण पिकं तरारतात. तो आलाच नाही तरच त्याच्या डोळ्यात पाणी येतं. आता तुम्हीच सांगा, पावसाळ्याला चांगला ऋतू मानायचं की वाईट?’’

बिरबल म्हणाला, ‘‘म्हणजे असं खाविंद, माणूस जर खाऊन पिऊन सुखी असेल, समाधानी असेल, त्याचं सगळं नीट चाललेलं असेल तर त्याला सगळे ऋतू छानच वाटतात. पण त्याच्या उलट स्थितीत तेच ऋतू त्याला त्रासदायक वाटतात. तुम्ही जेव्हा राजवाड्यात असता तेव्हा सर्व प्रकारच्या सेवा आणि सुखसोयी तुमच्या समोर हात जोडून उभ्या असतात, तेव्हा तुम्ही ऋतू वाईट आहे अशी तक्रार कधीच करत नाही. पण जंगलात मात्र धावपळ आणि कष्ट होत असल्यामुळे तुम्ही त्रासून जाता आणि तुम्हाला ‘मौसम खराब’ आहे असं वाटायला लागतं.’’

बादशहा विचार करत म्हणाला, ‘‘हं, पटण्यासारखं आहे खरं.’’ बिरबल पुढे म्हणाला, ‘‘शिवाय प्रत्येक माणसाचा स्वभाव आणि गरज यावरही ऋतू चांगला-वाईट असणं अवलंबून असतं.’’ बादशहा म्हणाला, ‘‘ते कसं काय?’’

बादशहाला बिरबलाचा युक्तिवाद मनापासून पटला. तो म्हणाला, ‘‘खरं आहे तुझं म्हणणं बिरबल, तू इतका सखोल विचार कसा काय करू शकतोस?’’ बिरबल स्मित करून म्हणाला, ‘‘सरकार, बारीक निरीक्षण करता येण्यानं बऱ्याच गोष्टी समजतात माणसाला. फक्त डोळे आणि कान उघडे ठेवता आले पाहिजेत.’’

बादशहानं होकारार्थी मान हलवत सहमती दर्शवली आणि दोघंजण झोपायला आपापल्या तंबूकडे निघून गेले.

तिरसट बाप

बिरबलाच्या पत्नीची एक मैत्रीण होती. तिचा नवरा अतिशय रागीट आणि तिरसट होता. तो सदानकदा करदावलेला असायचा. त्याला कधीच काही पसंत पडायचं नाही. बायकोला, मुलांना आणि नोकरचाकरांना तो सदैव धारेवर धरायचा. त्यांनी काहीही काम केलं तरी त्यात तो चुकाच काढायचा. सगळेजण अगदी वैतागून गेले होते.

नोकरचाकर काय, मोलाचे असल्यामुळे कंटाळून नोकरी सोडून जात असत. बायकोही डोळ्यात पाणी काढत कसाबसा अपमान सोसत मुकाट्यानं मान खाली घालून त्याच्याबरोबर संसार करायची. कारण तिच्यापुढे दुसरा काही उपायही नव्हता. त्या काळी काही घटस्फोट घेण्याची पद्धत नव्हती.

पण त्या माणसाचा एकुलता एक मुलगा मात्र आपला आत्मविश्वासच हरवून बसला होता. स्वभावानं तो अतिशय भित्रा झालेला होता. कधी आणि कुणासमोर बाप आपला पाणउतारा करेल, आणि अपमानानं आपल्याला जीव नकोसा होईल याचा त्यानं जणू काही धसकाच घेतलेला होता. त्यामुळे त्याच्या हातून जास्तच चुका व्हायच्या. आणि मग बापाची बोलणी ठरलेलीच.

गप्पांच्या ओघात बिरबलाच्या पत्नीला आपल्या मैत्रिणीचं दुःख समजलं. ती डोळ्यात पाणी आणून बिरबलाच्या पत्नीला म्हणाली, ''काय गं, तुझे पती इतके हुशार आहेत, आमच्या यांना सुधारायची काही युक्ती नाही का करू शकणार ते? मला माझं काही वाटत नाही गं, बायकांचा जन्मच असा आहे, दुःख देणारा. पण माझा एकुलता एक मुलगा? त्याच्यासमोर सगळं आयुष्य पडलंय. तो जर असाच आत्मविश्वास गमावून बसला, तर जगात उभा तरी कसा राहणार तो? तू सांगून बघ ना, बिरबल महाराजांना, काहीतरी युक्ती करता आली तर फार फार बरं होईल.''

तिचं ते बोलणं ऐकून बिरबलाच्या बायकोला फार वाईट वाटलं. ती म्हणाली, "काही काळजी करू नकोस. मी आजच यांच्या कानावर घालते. ते नक्कीच काहीतरी उपाय शोधून काढतील आणि तुमचं दुःख कमी करतील.'

ती बाई मोठ्या आनंदानं निघून गेली. तिच्या मनाला खूपच आशा लागून राहिली होती. संध्याकाळी बिरबलाच्या बायकोनं आपल्या मैत्रिणीची समस्या त्याला ऐकवली. म्हणाली, "माझ्या मैत्रिणीच्या पतीचा स्वभाव बदलता येईल का हो?" बिरबल म्हणाला, "काही प्रमाणात तरी नक्कीच बदलता येईल. पण मला जरा त्याच्याबद्दल आणखी माहिती मिळायला हवी. तू असं कर, उद्या तुझ्या मैत्रिणीच्या मुलाला मला भेटायला सांग." तिनं लगेचच आपल्या मैत्रिणीकडे निरोप पोहोचवला. त्याप्रमाणे तो मुलगा घाबरत घाबरतच बिरबलाकडे आला. बिरबलानं त्याला सरबत, फराळ दिला आणि त्याच्याशी गप्पा मारल्या. हळू हळू त्याची कळी खुलली.

मग त्यानं गप्पांच्या ओघात बिरबलाला बऱ्याच गोष्टी सांगितल्या. बिरबलाच्या लक्षात आलं की हा मुलगा चांगला सुस्वभावी आणि गुणी आहे. फक्त वडिलांच्या रागीट स्वभावामुळे दबून गेलेला आहे. त्यानं त्या मुलाला धीर दिला.

म्हणाला, "तू काही काळजी करू नकोस. आपण तुझ्या वडिलांचा रागीटपणा कमी करू. त्यांना एखादी लकब किंवा सवय आहे का विशिष्ट अशी?" त्यावर तो मुलगा चटकन म्हणाला, "हो, आहे ना. ते सगळ्यांना 'गाढव' म्हणतात."

बिरबलानं क्षणभर विचार केला आणि त्या मुलाच्या कानात एक युक्ती सांगितली. मुलगा हसायलाच लागला आणि मग घरी गेला. काही दिवस गेले. एके दिवशी त्या मुलाच्या घरी काहीतरी कार्यक्रम होता. त्यामुळे पाहुणे जमा झालेले होते. मोठ्या मेजवानीचा बेत आखण्यात आलेला होता. मेजवानीला चांगली बडी-बडी माणसं आली होती.

गप्पा-टप्पा ऐन रंगात आलेल्या होत्या. लोक खात-पीत होते. मुलगा स्वतः पाहुण्यांची विचारपूस करत सर्वांना सरबत देत होता. अचानक त्या मुलाला कुणाचा तरी धक्का लागला आणि त्याच्या हातून सरबताचा एक काचेचा पेला खाली पडला

आणि फुटला. ते पाहून त्याचे बाबा एकदम चिडले. आणि संतापाच्या भरात सगळ्या पाहुण्यांच्या देखत मुलाला ओरडून म्हणाले, "अरे, गाढवाच्या लेका, काही अक्कल आहे की नाही तुला?" त्यावर तो मुलगा अत्यंत नम्रपणे म्हणाला, "क्षमा करा मला, गाढव बाबा. मी पुन्हा अशी चूक करणार नाही." त्यावर तो माणूस एकदम चपापला. म्हणाला, "काय म्हणालास तू मला आत्ता?" त्यावर तो मुलगा अत्यंत भाबडेपणाचा आव आणत म्हणाला, "गाढव बाबा म्हणालो मी. कारण तुम्ही मला 'गाढवाच्या लेका' असं म्हणालात, आता मी तुमचा मुलगा म्हणजे, तुम्ही माझे गाढव बाबा नाही का झालात?" त्याचं ते साळसूदपणाचं उत्तर ऐकून आसपासची सगळी पाहुणी मंडळी हसायला लागली. त्या मुलाचे बाबा इतके ओशाळले की विचारता सोय नाही. तेव्हापासून त्यांनी कानाला खडा लावला. कार्यक्रम संपल्यावर सगळे निघून गेल्यानंतर रात्री तो माणूस आपल्या बायको आणि मुलाला म्हणाला, "आजवर मी तुमचा इतका अपमान करत आलो सगळ्यांसमोर, तेव्हा लक्षात आलं नाही.

पण आज माझाच अपमान झाल्यावर किती वाईट वाटतं ते मला कळलं. मला माफ करा. आजपासून मी राग आवरण्याचा प्रयत्न करेन.'' आणि बोलल्याप्रमाणे तो खरंच वागायलाही लागला. त्या दिवसापासून त्यानं कुणाचाही अपमान केला नाही आणि 'गाढव' हा शब्द वापरायचं तर त्यानं सोडूनच दिलं.

त्या मुलामध्ये पुन्हा आत्मविश्वासाची चमक दिसायला लागली. त्याची आईही आनंदून गेली. एके दिवशी ते दोघे बिरबलाच्या घरी आले आणि त्या मुलानं बिरबलाच्या पाया पडून त्याचे आभार मानले. त्याच्या आईनं बिरबलाच्या पत्नीचे हात प्रेमानं आपल्या हातात घेतले आणि म्हणाली, ''खरी मैत्रीण शोभलीस बरं का!''

चुना खाल्ला की लावला?

एके दिवशी बिरबलाला दरबारातून बाहेर पडायला जरा उशीरच झाला होता. त्या दिवशी काम लवकर संपलं नाही, त्यामुळे रोजच्या वेळेला त्याला घरी जाता आलं नाही. जेवणाची वेळ तर टळून गेली होती. तो घरी जायला निघाला असताना त्याला बादशहाचा खास नोकर पळत-पळत कुठेतरी जाताना दिसला इतक्या घाईनं पळत जाण्यासारखं काय घडलं, याबद्दल बिरबलाला कुतूहल वाटलं आणि काळजीही. काही अडचणीचा प्रसंग तर नाही ना, याची माहिती करून घेण्यासाठी बिरबलानं त्याला थांबवलं आणि विचारलं, ''काय रे, काय गडबड आहे? इतक्या जोरात कुठे पळत निघालास?''

धापा टाकत तो नोकर म्हणाला, ''खाविंदांनी आत्ताच्या आत्ता एक शेर चुना घेऊन यायला सांगितलं आहे.'' बिरबलाला आश्चर्यच वाटलं. तो म्हणाला, ''एक शेर चुना? आणि तो कशासाठी?''

नोकर म्हणाला, ''कुणास ठाऊक! आपण काय, हुकुमाचे ताबेदार. त्यांनी आणायला सांगितला, मी आणून द्यायला निघालोय.'' बिरबल म्हणाला, ''जरा थांब, काहीतरी गडबड आहे. मला जरा नीट सांग, काय घडलं ते. खाविंद काय करत होते, तू काय करत होतास? सगळं सांग बरं.'' तो नोकर म्हणाला, ''अहो, सरकारांचं जेवण झालं आणि रोजच्याप्रमाणे मी त्यांना पानाचा विडा लावून दिला. तो त्यांनी खाल्ला आणि एकदम मला हाक मारून एक शेर चुना आणायची आज्ञा दिली.'' बिरबल म्हणाला, ''अरे, वेडा की काय तू? तुझ्या पानात चुना जास्त झाला असणार आणि सरकार स्वारीचं तोंड पोळलं असणार. त्यांनी तुला शिक्षा करायचं ठरवलं आहे म्हणून एक शेर चुना आणायला सांगितलाय तुला. तो चुना ते तुलाच खायला घालणार आहेत.''

हे ऐकताच तो नोकर गर्भगळितच झाला. एक शेर चुना खायचा म्हणजे प्राणच गमवायचा. आता काय करायचं? पण समोर प्रत्यक्ष बिरबल उभा होता. त्यानं चटकन त्याचे पाय धरले आणि तो म्हणाला, ''महाराज, काही करा, पण मला या शिक्षेतून वाचवा.''

बिरबल म्हणाला, ''उठ, काही काळजी करू नकोस. मी सांगतो तसं कर. बाजारात जा आणि एक शेर लोणी विकत आण. त्याच्या वरच्या बाजूला किंचितसा चुना लाव आणि बादशहाकडे घेऊन जा. तुला त्यांनी चुना खायला सांगितला की चुना हळूच बाजूला कर आणि खालचं लोणी खा.'' ही युक्ती ऐकून नोकराला अगदी हायसं वाटलं. बिरबलाचे आभार मानून तो पळत पळत बाजारात गेला आणि बिरबलानं सांगितल्याप्रमाणे सगळं करून पुन्हा राजवाड्यात येऊन बादशहासमोर उभा राहिला.

अपेक्षेप्रमाणे बादशहानं त्याला तो चुना खायची आज्ञा केली. पण नोकरानं असं दाखवलं की जणू काही त्याला कल्पनाच नव्हती. तो भीतीनं कापल्यासारखं करत म्हणाला, ''सरकार, मला माफ करा हो, चूक झाली माझ्या हातून. पुन्हा असं होणार नाही.'' पण बादशहा इतका रागावलेला होता की तो कडाडला, ''पुढच्या वेळचं पुन्हा नंतर बघू. आत्ता या क्षणी तुला हा एक शेर चुना खावाच लागेल, नाहीतर तुझं डोकंच उडवतो.''

नोकर लटलट कापत म्हणाला, ''नको, नको, सरकार. खातो मी.'' मग त्यानं भयंकर चेहरा करत ते लोणी मटकावलं. त्याचं खाणं संपल्यावर बादशहा म्हणाला, ''जा, चालता हो, तुझ्या कामाला लाग पुन्हा.'' नोकर पडत्या फळाची आज्ञा घेऊन तिथून सटकला. पण दुसऱ्या दिवशी हसतमुखानं त्याला पुन्हा कामावर हजर झाल्याचं पाहून बादशहाला नवलच वाटलं. कारण एक शेर चुना खाणं ही काही गंमत नव्हती. राग शांत झाल्यावर बादशहाला काळजी वाटायला लागलेली होती.

पण नोकर तर चांगला धडधाकट होता. बादशहानं गुप्तचरांकडून माहिती काढल्यावर त्याला सत्य काय ते कळलं. बादशहाला पुन्हा राग आला. त्याला वाटलं, की आपल्या नोकरानं आपल्याला फसवलं. मग त्यानं लोणीवाल्या माणसाला बोलावून सांगितलं, "उद्या मी तुझ्याकडे एका माणसाला पाठवेन. परवलीचा शब्द असेल पाच शेर लोणी. त्यानं तो उच्चारला की त्याला उचलायचं आणि भट्टीत फेकून द्यायचं." मग बादशहानं आपल्या नोकराला बोलावून घेतलं आणि आज्ञा केली. "जा, आधी लोणीवाल्याकडे जाऊन पाच शेर लोणी आण आणि मग चुनावाल्याकडे पाच शेर चुना आण."

ही अनोखी आज्ञा ऐकून तो नोकर चपापलाच. पण आता तो कालच्या अनुभवानं शहाणा झालेला असल्यामुळे तो इकडे-तिकडे न जाता थेट बिरबलाकडे गेला आणि त्यानं त्याला बादशहाची आज्ञा ऐकवली.

बिरबलानं काही क्षण विचार केला. त्यानं ताबडतोब तुरुंगातल्या एका गुन्हेगाराला बोलावून घेतलं. या गुन्हेगारानं एक हत्या केली होती, पण पुरेसा पुरावा नसल्यामुळे त्याला गंभीर शिक्षा करता येत नव्हती. बिरबलानं त्याला सांगितलं, ''हे बघ, माझं एक काम केलंस तर तुला सोडून देण्याचा विचार आहे माझा.'' तो गुन्हेगार आनंदानं म्हणाला, ''म्हणाल ते करीन महाराज, तुम्ही सांगून तर बघा.''

बिरबल म्हणाला, ''लोणीवाल्याकडे जाऊन पाच शेर लोणी घेऊन ये. बादशहानं मागवलंय असं सांग.''

तो गुन्हेगार लगेचच लोणीवाल्याकडे गेला आणि म्हणाला, ''बादशहानं पाच शेर लोणी मागवलंय. लगेच द्या.'' त्यावर त्या लोणीवाल्यानं आपल्या नोकरांना खूण केली आणि त्या गुन्हेगाराला उचलून भट्टीत फेकून दिलं. तो बिचारा जळून राख झाला.

मग बिरबलानं दुसऱ्या लोणीवाल्याकडून दहा शेर लोणी मागवलं. पाच शेर वेगळं ठेवलं आणि पाच शेर लोण्यावर थोडासा चुना लावला. मग ते सगळं त्या नोकराकडे दिलं आणि म्हणाला, ''जा आता सरकारांकडे.'' तो नोकर सगळं लटांबर घेऊन बादशहासमोर हजर झाला. त्याला समोर पाहताच बादशहाला धक्काच बसला. पण ''तू जिवंत कसा,'' असं कसं विचारायचं, म्हणून त्यानं त्यालावेगळाच प्रश्न विचारला . तो म्हणाला, ''तू? इतका वेळ कुठे होतास? इतका वेळ का लागला तुला?''

तो नोकर अत्यंत साळसूदपणानं म्हणाला, ‘‘सरकार, मी बिरबल महाराजांकडे गेलो होतो. त्यांनी मला काय काम चालू आहे, वगैरे चौकशीसाठी बोलावलं होतं.’’ बादशहाला काय ते कळून चुकलं. या नोकराचे प्राण वाचवणारा दुसरा तिसरा कुणी नसून बिरबलच आहे म्हटल्यावर त्यानं त्याला शिक्षा करायचा नाद सोडून दिला. संध्याकाळी फिरायला जाताना त्यानं बिरबलाला स्पष्टच विचारलं, ‘‘खरं सांग, तू माझ्या नोकराचे प्राण वाचवलेस ना?’’

बिरबल म्हणाला, ‘‘होय, सरकार. अहो, त्याचा गुन्हा चुकून घडलेला होता आणि अतिशय मामूली होता. त्याकरीता आपण त्याला का गमवायचं? कारण एरवी तो अतिशय प्रामाणिक आणि कामसू नोकर आहे.’’

ओशाळलेल्या बादशहानं ते कबूल केलं. तो म्हणाला, ''पण मग भट्टीत जळून मेला तो कोण होता?''

बिरबलानं तो, पुराव्याअभावी सोडून द्यावा लागणार असलेला गुन्हेगार असल्याचं सांगितल्यावर बादशहा हसायलाच लागला. म्हणाला, ''बिरबल, तुझ्या चातुर्याला तोड नाही. कुठल्या गोष्टीचा कसा उपयोग करून घेशील, सांगता येत नाही.''

दानशूर हात

बिरबल आणि बादशहा नेहमीप्रमाणेच यमुनेच्या काठी फिरायला गेले होते. आज बादशहाला काय लहर आली कोण जाणे, पण त्यानं अचानक आपला तळहात बिरबलापुढे धरला आणि विचारलं, ''बिरबल, सांग पाहू, माझ्या तळहातावर कधीच एकही केस का उगवत नाही? अगदी गुळगुळीत असतो तो. याचं कारण सांगू शकशील का?''

बिरबल म्हणाला, ''सरकार, याला कारण आहे तुमचा दानशूर स्वभाव. तुम्ही सतत इतका दानधर्म करत असता की दान देता देता तुमच्या तळहाताची त्वचा नाजूक झाली आहे. सतत झीज होत राहिल्यामुळे ती गुळगुळीतही झाली आहे. तुमच्या या औदार्यामुळेच तुमच्या तळहातावर केस उगवत नाहीत.'' हे उत्तर ऐकून बादशहा फारच खुश झाला. पण त्याला बिरबलाची थट्टा करण्याची लहर आली. तो म्हणाला, ''माझ्या बाबतीत असं झालेलं असू शकेल हे मला मान्य आहे. पण तुझं काय? तुझ्याही तळहातावर केस नाहीत. माझ्या इतर सरदारांच्या आणि प्रजेच्याही तळहातावर केस नाहीत. त्याचं कारण काय असू शकेल?''

बिरबलाच्या ओठावर हसू फुललं. तोही तितक्याच खेळकरपणानं म्हणाला, "सरकार, तुम्ही देत असलेलं दान आम्ही सतत घेत असतो. दान घेता घेता माझी आणि प्रजेची कातडी घासली जाते ना, त्यामुळे ती मऊ पडून तिथेही केस उगवत नाहीत. आता प्रश्न उरला तो सरदारांचा. त्यांना हा दानधर्म पाहवत नाही. विशेषतः तुम्ही मला सतत काही ना काहीतरी देत असता, हे त्यांना बघवत नाही. त्यामुळे त्यांचा जळफळाट होतो आणि ते हात चोळत बसतात. म्हणून त्यांच्याही तळहातांची झीज होते आणि त्यांच्यावर केस उगवत नाहीत."

हे हजरजबाबी आणि मिष्कील उत्तर ऐकून बादशहाला मनापासून हसू आलं. तो म्हणाला, "बिरबल, तू कधीच हार मानू शकत नाहीस का रे? शाब्बास तुझी!" असं म्हणून त्यानं आपल्या बोटातून नवरत्नांची अंगठी काढली आणि प्रेमानं बिरबलाला भेट दिली. बिरबलानंही ती हसून आदरानं स्वीकारली.

नवरी यमुना

बिरबल आणि बादशहा एकदा रात्रीच्या वेळी वेष पालटून राज्यातून फिरत होते. फिरता-फिरता त्यांच्या असं लक्षात आलं की आज पौर्णिमेची रात्र असल्यामुळे आकाशात पूर्ण चंद्र दिसतोय. सगळीकडे चंद्राचा इतका सुंदर प्रकाश पडलेला होता की बादशहाला यमुनेकाठी फिरायला जायची इच्छा झाली.

तो म्हणाला, ''चल बिरबल, आज आपण नदीवरची शोभा बघायला जाऊ या. या सुंदर चांदण्याच्या प्रकाशात नदीच्या काठानं फिरण्यात फारच मौज वाटेल, नाही?''

बिरबल म्हणाला, ''खरं आहे सरकार, चला जाऊया.'' मग दोघेही फिरत-फिरत नदीकाठी आले. रात्रीची वेळ असल्यामुळे तिथे चिटपाखरुही नव्हतं. सगळीकडे शांतता पसरलेली होती. आवाज होता तो फक्त यमुनेच्या पाण्याचा.

गहन, गंभीर असा तो आवाज ऐकत दोघेही तिथल्या परिसरातलं सौंदर्य न्याहाळत स्तब्धपणे उभे होते. अचानक बादशहाच्या मनात एक कल्पना आली.

बादशहा बिरबलाला म्हणाला, "ही यमुना नदी का रडत असेल रे?" बिरबल तात्काळ म्हणाला, "सरकार, ती नवरी आहे ना! तिचं लग्न झालंय समुद्राशी. ती माहेर सोडून सासरी निघालेली असल्यामुळे तिला रडू येतंय. सगळ्याच मुली लग्नानंतर सासरी जाताना अशाच रडत असतात." आपल्या कल्पनेला बिरबलाकडून मिळालेला बिनतोड प्रतिसाद ऐकून बादशहा फारच प्रभावित झाला. त्यानं बिरबलाची पाठ थोपटली आणि म्हणाला, "बिरबल, तुझ्या कल्पकतेला तोड नाही."